Pervertuðu systurnar

Pervertuðu systurnar

Aldivan Torres

aldivan teixeira torres

CONTENTS

Ferð í borginni Pesqueira

Pervertuðu systurnar
Aldivan Torres
Pervertuðu Systurnar

Höfundur: *Aldivan Torres*
2020- Aldivan Torres
Allur réttur áskilinn

Aldivan Torres, Sjáandinn, er bókmenntafræðingur. Lo-far með skrifum sínum að gleðja almenning og leiða hann til ánægju ánægjunnar. Kynlíf er eitt það besta sem til er.

Hollusta og þakkir

Ég tileinka þessa erótík seríu öllum kynlífsunnendum og perrum eins og mér. Ég vonast til að standast væntingar allra geðveikra huga. Ég byrja þessa vinnu hér á þeirri sannfæringu að Amelinha, Belinha og vinir þeirra muni komast í sögubækurnar. Án frekari málalenginga, hlýtt faðmlag til lesenda minna.

Vandaður lestur og mikið gaman.

Með ástúð, höfundurinn.

Kynning

Amelinha og Belinha eru tvær systur sem eru fæddar og uppaldar í innviðum Pernambuco. Dætur bændafeðra kunnu snemma að takast á við hina hörðu erfiðleika sveitalífsins með bros á vör. Með þessu voru þeir að ná persónulegum landvinningum sínum. Sá fyrri er endurskoðandi í ríkisfjármálum og hinn, minna greindur, er sveitarkennari í grunnmenntun í Arcoverde.

Þrátt fyrir að þau séu hamingjusöm í starfi, þá eiga þau við alvarlegt langvarandi vandamál að stríða varðandi sambönd vegna þess að aldrei fannst prinsinn þeirra heillandi, sem er draumur hverrar konu. Sú elsta, Belinha, bjó hjá manni um tíma. Hins vegar var það svikið það sem myndaði í litlu hjarta óbætanlegum áföllum. Hún neyddist til að skilja leiðir og lofaði sjálfri sér að þjást aldrei aftur vegna karlmanns. Amelinha, það óheppilega er að hún getur ekki trúlofað okkur. Hver vill giftast Amelinha? Hún er ósvífin brúnhærð manneskja, mjó, meðalhá, hunangslituð augu, meðalstór rass, brjóst eins og vatnsmelóna, bringa skilgreind umfram hrífandi bros. Enginn veit hvað raunverulegt vandamál hennar er, eða hvort tveggja.

Í tengslum við mannlegt samband þeirra eru þeir nálægt því að deila leyndarmálum á milli sín. Þar sem Belinha var svikin af þorpara tók Amelinha sársauka systur sinnar og lagði af stað til að leika við menn. Þau tvö urðu kraftmikið tvíeyki þekkt sem "Pervertaðar systur". Þrátt fyrir það elska menn að vera leikföngin sín. Þetta er vegna þess að það er ekkert betra en að elska Belinha og Amelinha jafnvel í smá stund. Eigum við að kynnast sögum þeirra saman?

Hollusta og þakkir

Kynning

Svarti maðurinn

Eldurinn

Læknishjálp

Einkakennsla

Samkeppnispróf

Endurkoma kennarans

Oflætislegi trúðurinn

Ferð í borginni Pesqueira

Svarti maðurinn

Amelinha og Belinha auk frábærra sérfræðinga og elskenda, eru fallegar og ríkar konur samþættar í félagsleg net. Auk kynlífsins sjálfs leitast þeir einnig við að eignast vini.

Einu sinni kom maður inn í sýndarspjallið. Gælunafn hans var "Svarti maðurinn". Á þessari stundu skalf hún fljótlega vegna þess að hún elskaði svarta menn. Sagan segir að þeir hafi óumdeildan sjarma.

"Halló, fallega! "Þú kallaðir blessaðan svarta manninn.

"Halló, allt í lagi? "Svaraði forvitnilegri Belinha.

"Allt frábært. Eigðu gott kvöld!

"Góða nótt. Ég elska svart fólk!

"Þetta hefur snert mig djúpt núna! En er sérstök ástæða fyrir þessu? Hvað heitir þú?

"Jæja, ástæðan er sú að við systir mín erum hrifin af karlmönnum, ef þú veist hvað ég meina. Hvað nafnið varðar, þó að þetta sé mjög einkarekið umhverfi, þá hef ég ekkert að fela. Ég heiti Belinha. Gleður mig að kynnast þér.

"Ánægjan er öll mín. Ég heiti Flavíus og ég er virkilega indæll!

"Ég fann festu í orðum hans. Áttu við að innsæi mitt sé rétt?

"Ég get ekki svarað því núna því það myndi binda enda á alla ráðgátuna. Hvað heitir systir þín?

"Hún heitir Amelinha.

"Amelinha! Fallegt nafn! Geturðu lýst þér líkamlega?

"Ég er ljóshærð, hávaxin, sterk, sítt hár, stór rass, meðalstór brjóst og ég er með skúlptúrískan líkama. Og þú?

"Svartur litur, einn metri og áttatíu sentímetrar á hæð, sterkur, auðkennd, handleggir og fætur þykkir, snyrtilegir, syngjandi hár og skilgreind andlit.

"Ái! Æ! Þú æsir mig!

"Ekki hafa áhyggjur af því. Hver þekkir mig og gleymir aldrei?

"Viltu gera mig brjálaðan núna?

"Fyrirgefðu þetta, elskan! Það er bara til að bæta smá sjarma við samtal okkar.

"Hvað ertu gamall?

"Tuttugu og fimm ár og þín?

"Ég er þrjátíu og átta ára og systir mín þrjátíu og fjögurra ára. Þrátt fyrir aldursmuninn erum við ótrúlega náin. Í barnæsku sameinuðumst við um að sigrast á erfiðleikum. Þegar við vorum unglingar deildum við draumum okkar. Og nú, á fullorðinsárum, deilum við afrekum okkar og gremju. Ég get ekki lifað án hennar.

"Frábært! Þessi tilfinning þín er ótrúlega falleg. Ég fæ löngun til að hitta ykkur bæði. Er hún jafn óþekk og þú?

"Á áhrifaríkan hátt er hún best í því sem hún gerir. Mjög klár, falleg og kurteis. Kostur minn er að ég er gáfaðri.

"En ég sé ekkert vandamál í þessu. Hvort tveggja er gott.

"Líkar þér það virkilega? Amelinha er sérstök kona. Ekki af því að hún er systir mín heldur af því að hún er með risastórt hjarta. Ég vorkenni henni því hún fékk aldrei brúðguma. Ég veit að draumur hennar er að giftast. Hún tók þátt í uppreisn vegna þess að ég var svikinn af félaga mínum. Síðan þá leitum við aðeins eftir hröðum samböndum.

"Ég skil það alveg. Ég er líka öfuguggi. Hins vegar hef ég enga sérstaka ástæðu. Ég vil bara njóta æskunnar. Þú virðist vera frábært fólk.

"Þakka þér kærlega fyrir. Ertu virkilega frá Arcoverde?

"Já, ég er frá miðbænum. Og þú?

"Frá Heilagur Kristófer hverfinu.

"Frábært. Býrðu einn?

"Já. Nálægt strætóstöðinni.

"Geturðu fengið heimsókn frá manni í dag?

"Við viljum það gjarnan. En þú verður að stjórna hvoru tveggja. Ókei?

"Ekki hafa áhyggjur, elskan. Ég ræð við allt að þrjá.

"já! Sannur!

"Ég kem strax. Geturðu útskýrt staðsetninguna?

"Já. Mín er ánægjan.

"Ég veit hvar það er. Ég kem upp!

Svarti maðurinn yfirgaf herbergið og Belinha líka. Hún nýtti sér það og flutti í eldhúsið þar sem hún hitti systur sína. Amelinha var að vaska upp óhreina uppvaskið í kvöldmatinn.

"Góða nótt til þín, Amelinha. Þú trúir ekki. Gettu hver kemur.

"Ég hef ekki hugmynd, systir. Hver?

"Flavíus. Ég hitti hann í sýndarspjallrásinni. Hann verður skemmtun okkar í dag.

"Hvernig lítur hann út?

"Þetta er svarti maðurinn. Datt þér í hug að það gæti verið indælt? Aumingja maðurinn veit ekki hvað við erum fær um!

"Það er í raun systir! Ljúkum honum af.

"Hann mun falla, með mér! "Sagði Belinha.

"Nei! Það verður með mér "Svaraði Amelinha.

"Eitt er víst: Með einum okkar mun hann falla" sagði Belinha að lokum.

"Það er satt! Eigum við að gera allt klárt í svefnherberginu?

"Góð hugmynd. Ég skal hjálpa þér!

Óseðjandi dúkkurnar tvær fóru í herbergið og skildu allt eftir skipulagt fyrir komu karlmannsins. Um leið og þeir hafa lokið sér af heyra þeir bjölluna hringja.

"Er það hann, systir? "Spurði Amelinha.

"Við skulum skoða það saman! (Belinha)

"Komdu! Amelinha tók undir það.

Skref fyrir skref fóru konurnar tvær fram hjá svefnherbergisdyrunum, fóru fram hjá borðstofunni og komu síðan inn í stofuna. Þeir gengu að dyrunum. Þegar þeir opna það hitta þeir heillandi og karlmannlegt bros Flavíus.

"Góða nótt! Allt í lagi? Ég er Flavíus.

"Góða nótt. Verði þér að góðu. Ég er Belinha sem var að tala við þig í tölvunni og þessi indæla stelpa við hliðina á mér er systir mín.

"Gaman að hitta þig, Flavíus! "Sagði Amelinha.

"Gaman að hitta þig. Get ég komið inn?

"Jú! "Konurnar tvær svöruðu á sama tíma.

Stóðhesturinn hafði aðgang að herberginu með því að fylgjast með hverju smáatriði skreytingarinnar. Hvað var að gerast í þessum sjóðandi huga? Hann var sérstaklega snert af hverju þessara kveneintaka. Eftir andartak horfði hann djúpt í augu hóranna tveggja og sagði:

"Ertu tilbúinn fyrir það sem ég er kominn til að gera?

"Tilbúinn "Staðfesti elskendurna!

Þremenningarnir stoppuðu harkalega og gengu langa leið að stærra herbergi hússins. Með því að loka dyrunum voru þeir vissir um að himinninn myndi fara til helvítis á nokkrum sekúndum. Allt var fullkomið: Fyrirkomulag handklæðanna, kynlífsleikföngin, klámmyndin sem spilaði á loftsjónvarpinu og rómantíska tónlistin lífleg. Ekkert gat dregið úr ánægjunni af frábæru kvöldi.

Fyrsta skrefið er að sitja við rúmið. Svarti maðurinn byrjaði að fara úr fötunum af konunum tveimur. Löngun þeirra og þorsti eftir kynlífi var svo mikill að þeir ollu smá kvíða hjá þessum ljúfu dömum. Hann var að fara úr skyrtunni og sýndi brjóstkassann og kviðinn vel unninn af daglegri æfingu í ræktinni. Meðalhár þín um allt svæðið hafa vakið andvörp hjá stelpunum. Eftir það fór hann úr buxunum og leyfði útsýninu yfir Box nærbuxurnar sínar þar af leiðandi að sýna rúmmál hans og karlmennsku. Á þessum tíma leyfði hann þeim að snerta orgelið og gerði það stinnar. Án nokkurra leyndarmála henti hann nærfötunum frá sér sem sýndu allt sem Guð gaf honum.

Hann var tuttugu og tveir sentímetrar á lengd, fjórtán sentímetrar í þvermál nóg til að gera þá brjálaða. Án þess að sóa tíma féllu þeir á hann. Þeir byrjuðu á forleiknum. Á meðan annar gleypti skaufann í munninum sleikti hinn pungpokana. Í þessari aðgerð eru liðnar þrjár mínútur. Nógu lengi til að vera alveg tilbúinn fyrir kynlíf.

Síðan byrjaði hann að brjótast inn í einn og síðan í hinn án þess að kjósa. Tíður hraði skutlunnar olli andvörpum, öskrum og mörgum fullnægingum í kjölfar verknaðarins. Þetta voru þrjátíu mínútur af kynlífi í leggöngum. Hvor í sitt hvora skiptið. Síðan lauk þeim með munn- og endaþarmsmökum.

Eldurinn

Það var köld, dimm og rigningarnótt í höfuðborg allra bakskóga Pernambuco. Það voru augnablik þegar framvindarnir náðu hundrað kílómetrum á klukkustund og hræddu vesalings systurnar Amelinha og Belinha. Öfuguggasysturnar tvær hittust í stofunni á einföldu heimili sínu í Heilagur Kristófer hverfinu. Þeir höfðu ekkert að gera og töluðu hamingjusamlega um almenna hluti.

"Amelinha, hvernig var dagurinn þinn á bændaskrifstofunni?

"Það sama gamla: Ég skipulagði skattaáætlun skatta- og tollyfirvalda, stjórnaði greiðslu skatta, vann að því að koma í veg fyrir og berjast gegn skattsvikum. Það er krefjandi vinna og leiðinlegt. En gefandi og vel launað. Og þú? Hvernig var rútínan þín í skólanum? "Spurði Amelinha.

"Í tímum stóðst ég innihaldið sem leiðbeindi nemendum á sem bestan hátt. Ég leiðrétti mistökin og tók tvo farsíma af nemendum sem voru að trufla bekkinn. Ég gaf einnig námskeið í hegðun, líkamsstöðu, gangverki og gagnlegum ráðum. Hvað um það, fyrir utan að vera kennari, er ég móðir þeirra. Sönnun þess er að í hléi laumaðist ég inn í bekk nemenda og ásamt þeim spiluðum við, slógum og hlaupum. Að mínu mati er skólinn annað heimili okkar og við verðum að gæta vináttunnar og mannlegu tengslanna sem við höfum frá honum", svaraði Belinha .

"Frábært, litla systir mín. Verkin okkar eru frábær vegna þess að þau veita mikilvægar tilfinningalegar og samskiptabyggingar milli fólks. Engin manneskja getur lifað í einangrun, hvað þá án sálfræðilegra og fjárhagslegra úrræða", greindi Amelinha.

"Ég er sammála. Vinnan er okkur nauðsynleg þar sem hún gerir okkur óháð ríkjandi kynjamisréttisveldi í samfélagi okkar," sagði Belinha.

"Nákvæmlega. Við munum halda áfram í gildum okkar

og viðhorfum. Maðurinn er bara góður í rúminu", sagði Amelinha.

"Talandi um menn, hvað fannst þér um Christian? "Belinha spurði.

"Hann stóð undir væntingum mínum. Eftir slíka reynslu biðja eðlishvöt mín og hugur alltaf um meiri innri óánægju. Hver er skoðun þín? "Spurði Amelinha.

"Það var gott, en mér líður líka eins og þér: ófullnægjandi. Ég er þurr af ást og kynlífi. Ég vil í auknum mæli. Hvað höfum við í dag? "Sagði Belinha.

"Ég er hugmyndasnauður. Nóttin er köld, dimm og dimm. Heyrirðu hávaðann úti? Það er mikil rigning, ákafur vindur, eldingar og þrumur. Ég er hrædd! "Sagði Amelinha.

"Ég líka! "Belinha játaði.

Á þessari stundu heyrist þrumufleygur um allan Arcoverde. Amelinha stekkur í kjöltu Belinha sem öskrar af sársauka og örvæntingu. Á sama tíma skortir rafmagn sem gerir þau bæði örvæntingarfull.

"Hvað nú? Hvað munum við gera Belinha? "Spurði Amelinha.

"Farðu af mér, tík! Ég næ í kertin! "Sagði Belinha. Belinha ýtti systur sinni varlega til hliðar við sófann þegar hún kafaði á veggjunum til að komast í eldhúsið. Þar sem húsið er lítið tekur það ekki langan tíma að ljúka þessari aðgerð. Með því að nota taktík tekur hann kertin í skápnum og kveikir á þeim með eldspýtunum skipulega sett ofan á eldavélina.

Með kertalýsingunni snýr hún rólega aftur í herbergið þar sem hann hittir systur sína með dularfullt bros galopið á andlitinu. Hvað var hún að bralla?

"Þú getur loftað, systir! Ég veit að þú ert að hugsa eitthvað", sagði Belinha.

"Hvað ef við hringdum í slökkvilið borgarinnar og vöruðum við eldsvoða? Sagði Amelinha.

"Leyfðu mér að fá þetta á hreint. Viltu finna upp skáldaðan eld til að lokka þessa menn? Hvað ef við verðum handteknir? "Belinha var hrædd.

"Samstarfsmaður minn! Ég er viss um að þeir munu elska hið óvænta. Hvað er betra að gera á dimmu og leiðinlegu kvöldi sem þessu? "Sagði Amelinha.

"Þú hefur rétt fyrir þér. Þeir munu þakka þér fyrir skemm-tunina. Við munum brjóta eldinn sem eyðir okkur innan frá. Nú kemur spurningin: Hver mun hafa hugrekki til að hringja í þá? "Spurði Belinha.

"Ég er mjög feiminn. Ég læt þig um þetta verkefni, systir mín", sagði Amelinha.

"Alltaf ég. Ókei. Hvað sem gerist, Amelinha. " Belinha sagði að lokum.

Þegar Belinha stendur upp úr sófanum fer hún að borðinu í horninu þar sem farsíminn er settur upp. Hún hringir í neyðarnúmer slökkviliðsins og bíður þess að fá svar. Eftir nokkrar snertingar heyrir hann djúpa, ákveðna rödd tala frá hinni hliðinni.

"Góða nótt. Þetta er slökkviliðið. Hvað viltu?

"Ég heiti Belinha. Ég bý í Heilagur Kristófer hverfinu hér í Arcoverde. Ég og systir mín erum örvæntingarfull yfir allri þessari rigningu. Þegar rafmagn fór af hér í húsinu okkar, olli skammhlaupi, byrjaði að kveikja í hlutunum. Sem betur fer fórum við systir mín út. Eldurinn eyðir húsinu hægt og rólega. Við þurfum hjálp slökkviliðsmannanna", sagði stúlkan nauðug.

"Taktu því rólega, vinur minn. Við komum bráðum. Getur þú gefið nákvæmar upplýsingar um staðsetningu þína? "Spurði slökkviliðsmaðurinn á vakt.

"Húsið mitt er nákvæmlega á miðbraut, þriðja húsið til hægri. Er það í lagi þín vegna?

"Ég veit hvar það er. Við komum eftir nokkrar mínútur. Vertu rólegur, sagði slökkviliðsmaðurinn.

"Við erum að bíða. Takk fyrir! "Þakka þér Belinha.

Þegar þeir sneru aftur í sófann með breitt glott, slepptu þeir tveir koddunum og hrytu af skemmtuninni sem þeir voru að gera. Hins vegar er ekki mælt með því að gera þetta nema þær væru tvær hórur eins og þær.

Um tíu mínútum síðar heyrðu þeir bankað á dyrnar og fóru að svara. Þegar þeir opnuðu dyrnar stóðu þeir frammi fyrir þremur töfrandi andlitum, hvert með sína einkennandi fegurð. Einn var svartur, sex fet á hæð, fætur og handleggir miðlungs. Annar var dökkur, einn metri og níutíu á hæð, vöðvastæltur og skúlptúr. Þriðja var hvít, stutt, grönn en mjög hrifin. Hvíti strákurinn vill kynna sig:

"Hæ, dömur, góða nótt! Ég heiti Roberto. Þessi maður í næsta húsi heitir Matteus og brúni maðurinn, Philip. Hvað heitið þið og hvar er eldurinn?

"Ég er Belinha, ég talaði við þig í síma. Þessi brúnhærða manneskja hér er Amelinha systir mín. Komdu inn og ég skal útskýra það fyrir þér.

"Allt í lagi. Þeir tóku við slökkviliðsmönnunum þremur á sama tíma.

Hópurinn kom inn í húsið og allt virtist eðlilegt því rafmagnið var komið aftur. Þau setjast á sófann í stofunni ásamt stelpunum. Grunsamlegir, þeir tala saman.

"Eldurinn er búinn, er það? "Spurði Matteus.

"Já. Við stjórnum því nú þegar þökk sé hetjulegu átaki", útskýrði Amelinha.

"Synd! Mig hefur langað að vinna. Þarna í skálanum er rútínan svo einhæf," sagði Filipi.

"Ég er með hugmynd. Hvernig væri að vinna á ánægjulegri hátt? "Belinha lagði til.

"Þú meinar að þú sért það sem ég held? "Yfirheyrði Filipi.

"Já. Við erum einhleypar konur sem elska ánægju. Í skapi til skemmtunar? "Spurði Belinha.

"Aðeins ef þú ferð núna" svaraði svarti maðurinn.

"Ég er líka með" staðfesti Brown Man.

"Bíddu eftir mér" Hvíti strákurinn er á lausu.

"Jæja, við skulum," sögðu stelpurnar.

Hópurinn kom inn í herbergið og deildi tvíbreiðu rúmi. Svo hófst kynlífsorgíuna. Belinha og Amelinha skiptust á að vera viðstödd ánægju slökkviliðsmannanna þriggja. Allt virtist töfrandi og það var engin betri tilfinning en að vera með þeim. Með fjölbreyttum gjöfum upplifðu þeir kynferðisleg og staðsetningarafbrigði sem sköpuðu fullkomna mynd.

Stúlkurnar virtust óseðjandi í kynferðislegum ákafa sínum hvað gerði þessa fagmenn brjálaða. Þau fóru í gegnum nóttina að stunda kynlíf og ánægjan virtist aldrei enda. Þeir fóru ekki fyrr en þeir fengu áríðandi símtal úr vinnunni. Þeir hættu og fóru að svara lögregluskýrslunni. Þrátt fyrir það myndu þau aldrei gleyma þessari dásamlegu upplifun við hlið "öfugug-gasystranna".

Læknishjálp

Það rann upp fyrir fallegu útrásarhöfuðborginni. Venjulega vöknuðu perrasysturnar tvær snemma. En þegar þeir stóðu upp leið þeim ekki vel. Á meðan Amelinha hnerraði áfram fannst Belinha systir hennar svolítið kæfð. Þessar staðreyndir komu frá fyrra kvöldi á stríðstorginu í Virginíu þar sem þau drukku, kysstust á munninn og hrytu samhljóma á kyrrlátri nóttu.

Þar sem þeim leið ekki vel og skorti styrk til neins sátu þeir í sófanum trúarlega og hugsuðu um hvað þeir ættu að gera vegna þess að faglegar skuldbindingar biðu þess að verða leystar.

"Hvað gerum við, systir? Ég er alveg andlaus og uppgefin", sagði Belinha.

"Segðu mér frá því! Ég er með höfuðverk og er farin að fá vírus. Við erum villtir! "Sagði Amelinha.

"En ég held að það sé ekki ástæða til að missa af vinnu! Fólk treystir á okkur! "Sagði Belinha

"Róaðu þig, við skulum ekki örvænta! Eigum við að ganga í hópinn? "Lagði til Amelinha.

"Ekki segja mér að þú sért að hugsa það sem ég er að hugsa .... "Belinha var undrandi.

"Það er rétt. Förum saman til læknis! Það verður frábær ástæða til að missa af vinnu og hver veit gerist ekki það sem við viljum! "Sagði Amelinha

"Frábær hugmynd! Eftir hverju erum við að bíða? Viðbúin!
"Spurði Belinha.

"Komdu! "Amelinha samþykkti það.

Þeir tveir fóru hvor í sína girðinguna. Þeir voru svo
spenntir fyrir ákvörðuninni; þeir litu ekki einu sinni út fyrir
að vera veikir. Var þetta bara uppfinning þeirra? Fyrirgefðu
mér, lesandi, hugsum ekki illa til okkar kæru vina. Þess í
stað munum við fylgja þeim í þessum spennandi nýja kafla í
lífi þeirra.

Í svefnherberginu böðuðu þau sig, fóru í ný föt og skó,
greiddu sítt hárið, settu á sig franskt ilmvatn og fóru svo í
eldhúsið. Þar mölvuðu þeir egg og ost og fylltu tvö brauð og
borðuðu með kældum safa. Allt var ótrúlega ljúffengt. Þrátt
fyrir það virtust þeir ekki finna fyrir því vegna þess að kvíðinn
og taugaveiklunin fyrir framan lækninn var risavaxin.

Með allt tilbúið yfirgáfu þau eldhúsið til að fara út úr
húsinu. Með hverju skrefi sem þeir tóku, fylltust litlu hjörtu
þeirra tilfinningahugsun í alveg nýrri reynslu. Sælir séu þeir
allir. Bjartsýni náði tökum á þeim og var eitthvað sem aðrir
áttu að fylgja!

Utan á húsinu fara þau í bílskúrinn. Þegar þeir opna dyrnar
í tveimur tilraunum standa þeir fyrir framan hóflega rauða
bílinn. Þrátt fyrir góðan smekk á bílum vildu þeir frekar þá
vinsælu en sígildu af ótta við algengt ofbeldi sem er til staðar í
öllum brasilískum héruðum.

Stúlkurnar fara tafarlaust inn í bílinn og gefa útganginn
varlega og síðan lokar önnur þeirra bílskúrnum sem snýr aftur
að bílnum strax á eftir. Hver ekur er Amelinha með reynslu
þegar tíu ár? Belinha má ekki enn keyra.

Áberandi stutt leið milli heimilis þeirra og sjúkrahúss er gerð með öryggi, sátt og ró. Á því augnabliki höfðu þeir ranga tilfinningu um að þeir gætu gert hvað sem er. Þvert á móti óttuðust þeir færir hans og frelsi. Þeir voru sjálfir hissa á þeim aðgerðum sem gripið var til. Það var ekki fyrir neitt minna sem þeir voru kallaðir druslulegir góðmenni!

Þegar þeir komu á sjúkrahúsið áætluðu þeir tímann og biðu þess að vera kallaðir til. Á þessu tímabili nýttu þeir sér að búa til snarl og skiptust á skilaboðum í gegnum farsímaforritið með kæru kynlífsþjónum sínum. Kaldhæðnari og glaðari en þessir, það var ómögulegt að vera!

Eftir smá stund er komið að þeim að sjást. Óaðskiljanlegt, þeir fara inn á umönnunarskrifstofuna. Þegar þetta gerist fær læknirinn næstum hjartaáfall. Fyrir framan þá var sjaldgæft stykki af manni: Hávaxin ljóshærð manneskja, einn metri og níutíu sentímetrar á hæð, skeggja, hár sem myndar tagl, vöðvastæltur handleggir og brjóst, náttúruleg andlit með englasvip. Jafnvel áður en þeir gátu samið viðbrögð, býður hann:

"Sestu niður, báðir tveir!

"Þakka þér fyrir! "Þeir sögðu bæði.

Þau tvö hafa tíma til að gera skjóta greiningu á umhverfinu: Fyrir framan þjónustuborðið, læknirinn, stólinn sem hann sat í og á bak við skáp. Hægra megin, rúm. Á veggnum eru expressjónisti málverk eftir rithöfundinn Cândido Portinari sem sýna manninn úr sveitinni. Andrúmsloftið er mjög notalegt og skilur stelpurnar eftir rólegar. Andrúmsloft slökunar er rofið með formlegum þætti samráðsins.

"Segið mér hvernig ykkur líður, stelpur!

Þetta hljómaði óformlega fyrir stelpunum. En hvað þessi

ljóshærði maður var indæll! Það hlýtur að hafa verið ljúffengt að borða.

"Höfuðverkur, vanlíðan og veira!"Sagði Amelinha.

"Ég er andstuttur og þreyttur!"Fullyrti Belinha.

"Það er allt í lagi! Leyfðu mér að sjá. Leggstu í rúmið!"Læknirinn spurði.

Hórurnar andaðu varla að þessari beiðni. Fagmaðurinn lét þá fara úr hluta af fötunum og fann fyrir þeim í ýmsum hlutum sem ollu kuldahrolli og köldum svita. Þegar hann áttaði sig á því að það var ekkert alvarlegt hjá þeim grínaðist aðstoðarmaðurinn:

"Þetta lítur allt fullkomlega út! Við hvað viltu að þeir óttist? Sprautu í rassinn?

"Ég elska það! Ef það er stór og þykk innspýting enn betra!"Sagði Belinha.

"Ætlarðu að sækja hægt um, elskan?"Sagði Amelinha.

"Þú ert nú þegar að biðja of mikið!"Benti á lækninn.

Þegar hann lokar dyrunum dettur hann á stelpurnar eins og villidýr. Fyrst tekur hann afganginn af fötunum af líkunum. Þetta skerpir kynhvötina enn meira. Með því að vera alls nakinn dáist hann eitt augnablik að þessum skúlptúrverum. Þá er komið að honum að sýna sig. Hann sér til þess að þeir fari úr fötunum. Þetta eykur samspil og nánd milli hópsins.

Með allt tilbúið, hefja þeir forkeppni kynlífs. Með því að nota tunguna í viðkvæmum hlutum eins og endaþarmsopinu, rassinum og eyranu veldur ljóskan lítilli ánægjufullnægingu hjá báðum konum. Allt gekk vel jafnvel þegar einhver bankaði stöðugt á dyrnar. Engin leið út, hann verður að svara. Hann gengur svolítið og opnar dyrnar. Með því rekst hann á hjúkrunarfræðinginn á vakt: mjóan tvíkynhneigð einstakling, með þunna fætur og óvenju lága.

"Læknir, ég er með spurningu um lyf sjúklings: Eru það fimm eða þrjú hundruð milli grömm af aspirín? "Spurði Roberto að sýna uppskrift.

"Fimm hundruð! "Staðfesti Alex.

Á þessari stundu sá hjúkrunarfræðingurinn fætur nakinna stúlkna sem voru að reyna að fela sig. Hló innra með mér.

"Ertu að grínast aðeins, doki? Ekki einu sinni hringja í vini þína!

"Afsakið mig! Viltu ganga í klíkuna?

"Ég myndi elska það!

"Komdu þá!

Þau tvö komu inn í herbergið og lokuðu dyrunum á eftir sér. Meira en fljótt fór fuglafræðingurinn úr fötunum. Nakinn sýndi hann langt, þykkt, róðrarstöngin þín í verðlaun. Belinha var ánægð og var fljótlega að gefa honum munnmök. Alex krafðist þess einnig að Amelinha gerði það sama við hann. Eftir inntöku byrjuðu þeir endaþarms. Í þessum hluta fannst Belinha afskaplega erfitt að halda í skrímslaskaufa hjúkrunarkonunnar. En þegar það kom inn í holuna var ánægja þeirra gífurleg. Á hinn bóginn fundu þeir ekki fyrir neinum erfiðleikum vegna þess að typpið þeirra var eðlilegt.

Þá stunduðu þau kynlíf í leggöngum í ýmsum stellingum. Hreyfing fram og til baka í holrúminu olli of kynjunum í þeim. Eftir þetta stig sameinuðust hóp í hópkynlífi. Það var besta reynslan sem notuð var til að eyða orkunni sem eftir var. Fimmtán mínútum síðar var uppselt á þau bæði. Fyrir systurnar myndi kynlíf aldrei enda, en gott þar sem þær voru virtar viðkvæmni þessara manna. Þeir vildu ekki trufla vinnu sína og hættu að taka vottorð um réttlætingu verksins og einkasíma þeirra. Þeir fóru alveg samsettir án þess að vekja athygli neins meðan á sjúkrahúsferðinni stóð.

Þegar þeir komu að bílastæðinu fóru þeir inn í bílinn og byrjuðu leiðina til baka. Hamingjusöm eins og þau eru, voru þau þegar farin að hugsa um næstu kynferðislegu uppákomu. Öfuguggasysturnar voru einstakar!

Einkakennsla

Þetta var eftirmiðdagur eins og hver annar. Nýliðar úr vinnunni, öfuguggasysturnar voru uppteknar við heimilisstörf. Eftir að hafa lokið öllum verkefnunum söfnuðust þau saman í herberginu til að hvíla sig aðeins. Á meðan Amelinha las bók notaði Belinha farsímanetið til að skoða uppáhalds vefsíður sínar.

Á einhverjum tímapunkti öskrar önnur upphátt í herberginu, sem hræðir systur hennar.

"Hvað er það, stelpa? Ert þú brjálaður? "Spurði Amelinha.

"Ég fór bara inn á vefsíðu keppna með þakkláta óvart "upplýsti Belinha.

"Segðu mér meira!

"Skráningar alríkisdómstólsins eru opnar. Látum okkur nægja?

"Góð ákvörðun, systir mín! Hver eru launin?

"Meira en tíu þúsund upphaflegir dollarar.

"Mjög gott! Starf mitt er betra. Hins vegar mun ég gera

keppnina vegna þess að ég er að undirbúa mig til að leita að öðrum viðburðum. Það mun þjóna sem tilraun.

"Þú stendur þig mjög vel! Þú hvetur mig. Ég veit ekki hvar ég á að byrja. Geturðu gefið mér ráð?

"Kauptu sýndarnámskeið, spurðu margra spurninga á prófsíðunum, gerðu og endurgerðu fyrri próf, skrifaðu samantektir, horfðu á ábendingar og halaðu niður góðu efni á netið meðal annars.

"Þakka þér fyrir! Ég þigg öll þessi ráð! En ég þarf eitthvað meira. Fyrst við eigum peninga eigum við að borga einkatíma?

"Ég hafði ekki hugsað út í það. Það er nýstárleg hugmynd! Hefur þú einhverjar tillögur um hæfan einstakling?

"Ég er með mjög hæfan kennara hér frá Arcoverde í símasambandi mínu. Sjáðu myndina af honum!

Belinha gaf systur sinni farsímann sinn. Þegar hún sá mynd af drengnum var hún himinlifandi. Fyrir utan það að vera myndarlegur var hann klár! Það væri fullkomið fórnarlamb þess að parið tæki þátt í því gagnlega fyrir skemmtilega.

"Eftir hverju erum við að bíða? Náðu honum, systir! Við þurfum að læra fljótlega. "Sagði Amelinha.

"Þú náðir því! "Belinha samþykkti.

Þegar hún stóð upp úr sófanum byrjaði hún að hringja í númer símans á talnaborðinu. Þegar símtalið er hringt tekur það aðeins nokkra stund að svara.

"Halló. Er allt í lagi með þig?

"Þetta er allt frábært, Renato.

"Sendu út pantanir.

"Ég var að vafra um internetið þegar ég uppgötvaði að umsóknir um alríkisdómstólakeppnina eru opnar. Ég nefndi huga minn strax sem virðulegan kennara. Manstu eftir skólaárinu?

"Ég man vel eftir þeim tíma. Góðar stundir þeir sem ekki koma aftur!

"Það er rétt! Hefurðu tíma til að kenna okkur einkatíma?

"Þvílíkt samtal, unga dama! Fyrir þig hef ég alltaf tíma! Hvaða dagsetningu ákveðum við?

"Getum við gert það á morgun klukkan 2:00? Við verðum að byrja!

"Auðvitað geri ég það! Með minni hjálp segi ég auðmjúkur að líkurnar á framhjáhaldi aukast ótrúlega.

"Ég er viss um það!

"Hversu gott! Þú mátt búast við mér klukkan tvö.

"Þakka þér kærlega fyrir! Sjáumst á morgun!

"Sjáumst síðar!

Belinha hengdi upp símann og teiknaði bros fyrir félaga sinn. Grunaði svarið spurði Amelinha:

"Hvernig gekk?

"Hann þáði boðið. Hann kemur klukkan tvö á morgun.

"Hversu gott! Taugarnar eru að drepa mig!

"Taktu því bara rólega, systir! Það verður allt í lagi.

"Amen!

"Eigum við að útbúa kvöldmat? Ég er þegar svangur!

"Vel munað.!

Parið fór úr stofunni í eldhúsið þar sem í skemmti-legu umhverfi talaði, lék sér, eldaði meðal annars. Þær voru fyrirmyndarpersónur systra sem sameinuðust af sársauka og einmanaleika. Sú staðreynd að þeir voru bastarðar í kynlífi hæfðu þá bara enn meira. Eins og þið vitið er brasilíska konan með heitt blóð.

Skömmu síðar voru þau að vingast við borðið og hugsa um lífið og hverfulleika þess.

"Að borða þetta ljúffenga Kjúklingakrem, ég man eftir svarta manninum og slökkviliðsmönnunum! Augnablik sem virðast aldrei líða! "Belinha sagði!

"Segðu mér frá því! Þessir náungar eru ljúffengir! Svo ekki sé minnst á hjúkrunarfræðinginn og lækninn! Ég elskaði það líka! "Mundu eftir Amelinha!

"Satt er það, systir mín! Að hafa fallegt mastur hver maður verður skemmtilegur! Megi femínistar fyrirgefa mér!

"Við þurfum ekki að vera svona róttæk ...!

Þau tvö hlæja og halda áfram að borða matinn á borðinu. Í eitt augnablik skipti ekkert annað máli. Þeir voru einir í heiminum og það gerði þá hæfa sem gyðjur fegurðar og ástar. Vegna þess að það mikilvægasta er að líða vel og hafa sjálfsálit.

Fullviss um sjálfa sig halda þau áfram í fjölskylduathöfninni. Í lok þessa stigs vafra þeir um internetið, hlusta á tónlist á hljómtæki stofunnar, horfa á sápuóperur og síðar klámmynd. Þessi asi gerir þá andstutta og þreytta sem neyðir þá til að fara að hvíla sig í herbergjum sínum. Þeir biðu spenntir eftir næsta degi.

Það mun ekki líða á löngu þar til þeir falla í djúpan svefn. Fyrir utan martraðir eiga nótt og dögun sér stað innan eðlilegra marka. Um leið og dögun kemur standa þau upp og byrja að fylgja venjulegri rútínu: Bað, morgunmatur, vinna, heimkoma, bað, hádegismatur, blundur og flytja í herbergið þar sem þau bíða eftir áætlaðri heimsókn.

Þegar þeir heyra bankað á dyrnar, stendur Belinha upp og fer að svara. Með því rekst hann á brosandi kennarann. Þetta olli honum góðri innri ánægju.

"Velkominn aftur, vinur minn! Tilbúinn að kenna okkur?

"Já, mjög, mjög tilbúinn! Takk aftur fyrir þetta tækifæri! "Sagði Renato.

"Við skulum fara inn! " sagði Belinha.

Drengurinn hugsaði sig ekki tvisvar um og samþykkti beiðni stúlkunnar. Hann heilsaði Amelinha og þegar hún gaf merki, settist hann í sófann. Fyrsta viðhorf hans var að fara úr svörtu prjónuðu blússunni vegna þess að hún var of heit. Með þessu skildi hann eftir vel unna brjóstskjöldinn sinn í ræktinni, svitann draup og dökka ljósið sitt. Öll þessi smáatriði voru náttúruleg ástardrykkja fyrir þessa tvo "Perverta".

Látið sem ekkert væri að gerast var hafið samtal á milli þeirra þriggja.

"Undirbjóstu góðan tíma, prófessor? "Spurði Amelinha.

"Já! Við skulum byrja á hvaða grein? "Spurði Renato.

"Ég veit ekki ... "sagði Amelinha.

"Hvernig væri að við skemmtum okkur fyrst? Ég blotnaði eftir að þú fórst úr skyrtunni! "Játaði Belinha.

"Ég líka", sagði Amelinha.

"Þið eruð virkilega kynlífsbrjálæðingar! Er það ekki það sem ég elska? "Sagði húsbóndinn.

Án þess að bíða eftir svari fór hann úr bláu gallabuxunum sem sýndu aðdráttarvöðvana á lærinu, sólgleraugun sem sýndu bláu augun og loks nærfötin sem sýndu fullkomnun af löngum getnaðarlim, meðalþykkt og með þríhyrningslaga höfuð. Það var nóg fyrir litlu hórurnar að detta ofan á og byrja að njóta þessa karlmannlega, ánægður líkama. Með hjálp hans fóru þau úr fötunum og hófu forkeppni kynlífs.

Í stuttu máli, þetta var yndislegt kynferðislegt kynni þar sem þau upplifðu marga nýja hluti. Það voru fjörutíu mínútur af villtu kynlífi í algjörum samhljómi. Á þessum augnablikum voru tilfinningarnar svo miklar að þær tóku ekki einu sinni eftir tíma og rúmi. Þess vegna voru þeir óendanlegir fyrir kærleika Guðs.

Þegar þeir komu að alsælu hvíldu þeir sig aðeins í sófanum. Þeir kynntu sér síðan þær greinar sem keppnin innheimtir. Sem nemendur voru þeir tveir hjálpsamir, greindir og agaðir, sem kennarinn benti á. Ég er viss um að þeir voru á leiðinni til samþykkis.

Þremur tímum síðar hættu þeir að lofa nýjum námsfundum. Hamingjusamar í lífinu fóru öfuguggasysturnar að sjá um aðrar skyldur sínar þegar þær hugsuðu um næstu ævintýri. Þeir voru þekktir í borginni sem " Hinn óseðjandi ".

Samkeppnispróf

Það er langt um liðið. Í um tvo mánuði voru perralegu systurnar að tileinka sér keppnina eftir þeim tíma sem var til stefnu. Með hverjum deginum sem leið voru þeir betur undirbúnir fyrir það sem kom og fór. Á sama tíma voru kynferðisleg kynni og á þessum augnablikum voru þau frelsuð.

Prófdagurinn var loksins runninn upp. Systurnar fóru snemma frá höfuðborg upplandsins og byrjuðu að ganga BR 232 þjóðveginn alls 250 km. Á leiðinni fóru þeir fram hjá helstu punktum innri ríkisins: Pesqueira, Fallegur garður,

Heilagur Gaetano, Caruaru, Gravatá, Kálfa og sigur dýrlingsins Antao. Hver þessara borga hafði sögu að segja og af reynslu sinni gleyptu þeir hana alveg. Hversu gott það var að sjá fjöllin, Atlantshafsskóginn, caatinga, bæina, bæina, þorpin, smábæina og sötra hreina loftið sem kom frá skógunum. Pernambuco var yndislegt ríki!

Þegar þeir koma inn í þéttbýli jaðar höfuðborgarinnar fagna þeir góðum skilningi á ferðinni. Farðu með aðalleiðina í góða ferð í hverfið þar sem þeir myndu framkvæma prófið. Á leiðinni standa þeir frammi fyrir þrengslum, afskiptaleysi ókunnugra, menguðu lofti og skorti á leiðsögn. En þeim tókst það loksins. Þeir fara inn í viðkomandi byggingu, auðkenna sig og hefja prófið sem myndi standa í tvö tímabil. Í fyrri hluta prófsins beinast þeir algerlega að áskorun fjölvalsspurninga. Jæja, útfært af bankanum sem ber ábyrgð á atburðinum, hvatti til fjölbreyttustu útfærslu á þessu tvennu. Að þeirra mati gekk þeim vel. Þegar þau tóku sér pásu fóru þau út í hádegismat og safa á veitingastað fyrir framan húsið. Þessar stundir voru mikilvægar fyrir þau til að viðhalda trausti sínu, sambandi og vináttu.

Eftir það fóru þeir aftur á prófunarstaðinn. Síðan hófst annað tímabil viðburðarins með málefnum sem fjalla um aðrar greinar. Jafnvel án þess að halda sama hraða voru þeir enn mjög næmir í svörum sínum. Þeir sönnuðu á þennan hátt að besta leiðin til að standast keppnir er með því að verja miklu í nám. Nokkru síðar luku þau öruggri þátttöku sinni. Þeir afhentu sönnunargögnin, sneru aftur að bílnum og færðu sig í átt að ströndinni í nágrenninu.

Á leiðinni spiluðu þeir, kveiktu á hljóðinu, tjáðu sig um

keppnina og sóttu fram á götum Recife og horfðu á upplýstar götur höfuðborgarinnar vegna þess að það var nótt. Þeir furða sig á sjónarspilinu sem sést. Engin furða að borgin er þekkt sem "höfuðborg hitabeltisins". Sólin settist og gaf umhverfinu enn stórkostlegra yfirbragð. En gaman að vera þarna á því augnabliki!

Þegar þeir komu að nýja punktinum nálguðust þeir strendur hafsins og lögðu síðan af stað í kaldan og rólegan sjó þess. Tilfinningin sem vaknar er himinlifandi af gleði, ánægju, ánægju og friði. Ef þeir missa tökin á tímanum synda þeir þar til þeir eru þreyttir. Eftir það liggja þeir á ströndinni í stjörnuljósi án nokkurs ótta eða áhyggna. Töfrar náðu frábærlega utan um þá. Eitt orð sem átti að nota í þessu tilfelli var "Ómælanlegt".

Á einhverjum tímapunkti, þar sem ströndin er næstum yfirgefin, nálgast tveir menn stúlknanna. Þeir reyna að standa upp og hlaupa andspænis hættu. En þeir eru stöðvaðir af sterkum örmum drengjanna.

"Takið því rólega, stelpur! Við meiðum þig ekki! Við biðjum aðeins um smá athygli og ástúð! "Einn þeirra talaði.

Frammi fyrir mildum tóninum hlógu stelpurnar af tilfinningum. Ef þau vildu kynlíf, af hverju ekki að fullnægja þeim? Þeir voru sérfræðingar í þessari list. Þeir brugðust við væntingum þeirra og stóðu upp og hjálpuðu þeim að fara úr fötunum. Þeir afhentu tvo smokka og bjuggu til nektardansmær. Það var nóg til að gera þessa tvo menn brjálaða.

Þau féllu til jarðar og elskuðu hvort annað í pörum og hreyfingar þeirra urðu til þess að gólfið hristist. Þeir leyfðu sér allar kynferðislegar tilbrigði og langanir beggja. Á þessum tímapunkti afhendingu var þeim sama um neitt eða neinn. Fyrir þá voru þeir einir í alheiminum í mikilli ástarathöfn án fordóma. Í kynlífi voru þau fullkomlega Sam tvinnuð og framleiddu kraft sem aldrei hefur sést. Líkt og hljóðfæri voru þau hluti af stærra afli í áframhaldandi lífi.

Ör mögnum neyðir þá til að hætta. Fullkomlega sáttir, mennirnir hættu og ganga í burtu. Stelpurnar ákveða að fara aftur í bílinn. Þeir hefja ferð sína aftur til búsetu sinnar. Jæja, þeir tóku með sér reynslu sína og bjuggust við góðum fréttum af keppninni sem þeir tóku þátt í. Þeir áttu svo sannarlega skilið bestu lukku í heimi.

Þremur tímum síðar komu þau heim í friði. Þau þakka Guði fyrir þá blessun sem veitt er með því að fara að sofa. Um daginn beið ég eftir meiri tilfinningum fyrir brjálæðingana tvo.

Endurkoma kennarans

Dögun. Sólin rís snemma og geislar hennar fara í gegnum gluggasprungurnar og strjúka andlit elsku barnanna okkar. Að auki hjálpaði fín morgungolan við að skapa stemningu í þeim. Hve gott það var að fá tækifæri til annars dags með blessun föðurins. Hægt og rólega standa þau tvö upp úr rúmum sínum á sama tíma. Eftir að hafa baðað sig fer fundur þeirra fram í tjaldhimninum þar sem þau útbúa morgunmat saman. Það er stund gleði, tilhlökkunar og truflunar að deila reynslu á ótrúlega frábærum tímum.

Eftir að morgunmaturinn er tilbúinn safnast þeir saman í kringum borðið þægilega sitjandi á tréstólum með bakstoð fyrir súluna. Á meðan þau borða skiptast þau á nánum upp-lifunum.

Belinha

Hvað var þetta, systir mín?

Amelinha

Hrein tilfinning! Ég man enn hvert smáatriði af líkum þessara kæru krítar!

Belinha

Ég líka! Ég fann fyrir mikilli ánægju. Það var næstum yfirdrifið.

Amelinha

Ég veit! Við skulum gera þessa brjáluðu hluti oftar!

Belinha

Ég er sammála!

Amelinha

Líkaði þér prófið?

Belinha

Ég elskaði það. Mig dauðlangar að athuga frammistöðu mína!

Amelinha

Ég líka!

Um leið og þær voru búnar að fæða tóku stelpurnar upp farsímana sína með því að komast á farsímanetið. Þeir fóru á síðu stofnunarinnar til að athuga endurgjöf sönnunarinnar. Þeir skrifuðu það niður á pappír og fóru í herbergið til að athuga svörin.

Inni stukku þeir af gleði þegar þeir sáu góða tóninn. Þeir voru liðnir hjá! Það var ekki hægt að hemja tilfinningar-nar núna. Eftir að hafa fagnað mikið hefur hann bestu hugmyndina: Bjóddu meistara Renato svo að þeir geti fagnað árangri verkefnisins. Belinha sér aftur um verkefnið. Hún tekur upp símann sinn og hringir.

Belinha

Halló?

Renato

Hæ, er allt í lagi með þig? Hvernig hefurðu það, elsku Belinha?

Belinha

Allt í lagi! Gettu hvað gerðist.

Renato

Ekki segja mér að þú...

Belinha

Já! Við stóðumst keppnina!

Renato

Til hamingju! Sagði ég þér það ekki?

Belinha

Ég vil þakka þér kærlega fyrir samstarfið á allan hátt. Þú skilur mig, er það ekki?

Renato

Ég skil það. Við þurfum að koma einhverju í kring. Helst heima hjá þér.

Belinha

Þess vegna hringdi ég. Getum við gert það í dag?

Renato

Já! Ég get gert það í kvöld.

Belinha

Furða. Við búumst við þér þá klukkan átta að kvöldi.

Renato

Ókei. Má ég koma með bróður minn?

Belinha

Að sjálfsögðu!

Renato

Sjáumst seinna!

Belinha

Sjáumst seinna!

Tengingunni lýkur. Þegar Belinha horfir á systur sína hlær hún af hamingjunni. Forvitinn spyr hinn:

Amelinha

Og hvað? Er hann að koma?

Belinha

Það er allt í lagi! Klukkan átta í kvöld hittumst við á ný. Hann og bróðir hans eru að koma! Hefurðu hugsað um kynsvall?

Amelinha

Segðu mér frá því! Ég er nú þegar fullur af tilfinningum!

Belinha

Verið hjartahlýir! Ég vona að það gangi upp!

Amelinha

"Það hefur allt gengið upp!

Þau tvö hlæja samtímis fylla umhverfið af jákvæðum titringi. Á því augnabliki efaðist ég ekki um að örlögin væru samsæri um skemmtikvöld fyrir þetta brjálæðislega tvíeyki. Þeir höfðu þegar náð svo mörgum áföngum saman að þeir myndu ekki veikjast núna. Þeir ættu því að halda áfram að dýrka karlmenn sem kynferðislegt leikrit og henda þeim síðan. Það var það minnsta sem kynþáttur gat gert til að borga fyrir þjáningar sínar. Í raun á engin kona skilið að þjást. Eða öllu heldur, hver kona á engan sársauka skilið.

Tími til að hefjast handa. Þegar þær yfirgefa herbergið þegar tilbúnar fara systurnar í bílskúrinn þar sem þær fara í einkabílnum sínum. Amelinha fer fyrst með Belinha í skólann og fer síðan á bændaskrifstofuna. Þar gefur hún frá sér gleði og segir fagfréttirnar. Fyrir samþykki keppninnar fær hann hamingjuóskir allra. Það sama kemur fyrir Belinha.

Seinna snúa þau heim og hittast aftur. Þá byrjar undirbúningurinn til að taka á móti samstarfsmönnum þínum. Dagurinn lofaði að vera enn sérstakar.

Nákvæmlega á áætluðum tíma heyra þeir bankað á dyrnar. Belinha, sú klárasta af þeim, stendur upp og svarar. Með föstum og öruggum skrefum setur hann sig í dyrnar og opnar þær hægt. Að þessari aðgerð lokinni sér hann bræðurna fyrir sér. Með merki frá gestgjafanum koma þeir inn og setjast á sófann í stofunni.

Renato

Þetta er bróðir minn. Hann heitir Ricardo.

Belinha

Gaman að kynnast þér, Ricardo.

Amelinha

Þið eruð velkomin hingað!

Ricardo

Ég þakka ykkur báðum. Ánægjan er öll mín!

Renato

Ég er tilbúinn! Getum við farið í herbergið?

Belinha

Komdu!

Amelinha

Hver fær hvern núna?

Renato

Ég vel Belinha sjálfur.

Belinha

Þakka þér fyrir, Renato, þakka þér fyrir! Við erum saman!

Ricardo

Ég mun vera fús til að vera hjá Amelinha!

Amelinha

Þú skelfur!

Ricardo

Við sjáum til!

Belinha

Látum þá partíið byrja!

Karlarnir settu konurnar varlega á handlegginn og báru þær upp að rúmunum sem staðsett eru í svefnherbergi eins þeirra. Þegar þeir koma á staðinn, fara þeir úr fötunum og falla í fallegu húsgögnin sem hefja ástarsiði í nokkrum stöðum, skiptast á strjúkum og samsekt. Spennan og ánægjan var svo mikil að andvörpin sem mynduðust heyrðust handan götunnar hneyksla nágrannana. Ég meina, ekki svo mikið, því þeir vissu þegar um frægð sína.

Með niðurstöðunni frá toppnum snúa elskendurnir aftur í eldhúsið þar sem þeir drekka safa með smákökum. Á meðan þeir borða spjalla þeir í tvo tíma og auka samskipti hópsins. Hversu gott það var að vera þarna að læra um lífið og hvernig á að vera hamingjusamur. Ánægja er að vera vel við sjálfan þig og heiminn staðfesta reynslu sína og gildi áður en aðrir bera þá vissu að geta ekki verið dæmdir af öðrum. Þess vegna var hámarkið sem þeir trúðu að væri "Hver er sín manneskja".

Þegar líður á nóttina kveðja þau loksins. Gestirnir fara og yfirgefa "Kæru Pýreneafjöll" enn alsælar þegar þeir hugsa um nýjar aðstæður. Heimurinn sneri sér sífellt að trúnaðarmönnunum tveimur. Megi þeir vera heppnir!

Oflætislegi trúðurinn

Sunnudagurinn kom og með honum mikið af fréttum í bænum. Meðal þeirra komu sirkus að nafni " stjarna", frægur um alla Brasilíu. Það er það eina sem við töluðum um á svæðinu. Forvitnilegt er að systurnar tvær voru viðstaddar opnun sýningarinnar sem átti að fara fram í kvöld.

Nálægt dagskránni voru þau tvö þegar tilbúin til að fara út eftir sérstakan kvöldverð fyrir hátíð ógiftra einstaklinga. Klæddir fyrir gala, báðir paraðir í samhliða, þar sem þeir yfirgáfu húsið og fóru inn í bílskúrinn. Þegar þeir fara inn í bílinn byrja þeir á því að einn þeirra kemur niður og lokar bílskúrnum. Með endurkomu þess sama er hægt að halda ferðinni áfram án frekari vandræða.

Yfirgefa Umdæmi Heilagur Christopher, fara í átt að Umdæmi Gott útsýni í hinum enda borgarinnar, höfuðborg bakland með um áttatíu þúsund íbúa. Þegar þeir ganga eftir rólegu leiðunum eru þeir undrandi á arkitektúrnum, jólaskrautinu, anda fólksins, kirkjunum, fjöllunum sem þeir virtust tala um, ilmandi orðaleikarnir sem skipst var á í samsekt, hljóðinu í háværu rokki, franska ilmvatninu, samtölunum um stjórnmál, viðskipti, samfélag, flokka, norðausturmenningu og leyndarmál. Engu að síður voru þeir algerlega afslappaðir, kvíðafullir, taugaveiklaðir og einbeittir.

Á leiðinni, samstundis, fellur fín rigning. Gegn væntingum opna stúlkur bílgluggana þannig að litlir vatnsdropar smyrja andlitið. Þessi látbragð sýnir einfaldleika þeirra og áreiðanleika, sanna sjálfselskumeistara. Þetta er besti kosturinn fyrir fólk. Hver er tilgangurinn með því að fjarlægja bilanir, áhyggjur og sársauka fortíðarinnar? Þeir vildu ekki fara með þá neitt. Þess vegna voru þeir ánægðir með val sitt. Þó að heimurinn dæmdi þá, var þeim sama vegna þess að þeir áttu örlög þeirra. Til hamingju með afmælið!

Um tíu mínútur úti, þeir eru nú þegar á bílastæðinu sem fylgir sirkusnum. Þeir loka bílnum, ganga nokkra metra inn í innri garð umhverfisins. Fyrir að koma snemma, sitja þeir á fyrstu bleikjunum. Á meðan þú bíður eftir sýningunni kaupa þeir popp, bjór, slepptu kjaftæðinu og þöglu orðaleiknum. Það var ekkert betra en að vera í sirkusnum!

Fjörutíu mínútum síðar er sýningin hafin. Meðal áhugaverðra staða eru gríntrúðar, loftfimleikamenn, loftfim-leikamenn, samherjar, dauðahnötturinn, töframenn, loddarar og tónlistarsýning. Í þrjár klukkustundir lifa þau töfrandi augnablik, fyndin, annars hugar, leika, verða ástfangin, loksins, lifa. Með því að brjóta upp sýninguna passa þau að fara í bún-ingsklefann og heilsa upp á einn trúðinn. Hann hafði afrekað það að hressa þá við eins og það hefði aldrei gerst.

Þú verður að fá línu upp á svið. Tilviljun, þeir eru síðastir til að fara inn í búningsklefann. Þar finna þeir af myndaðan trúð, fjarri sviðinu.

"Við komum hingað til að óska þér til hamingju með

frábæra þáttinn þinn. Það er guðsgjöf í henni! Hann horfði á Belinha.

"Orð þín og látbragð hafa hrist anda minn. Ég veit það ekki en ég tók eftir sorg í augum þínum. Hef ég rétt fyrir mér?

"Þakka ykkur báðum fyrir orðin. Hvað heitið þið? Svaraði trúðnum.

"Ég heiti Amelinha!

"Ég heiti Belinha.

"Gaman að hitta þig. Þú mátt kalla mig Gilberto! Ég hef gengið í gegnum nægan sársauka í þessu lífi. Einn þeirra var nýlegur aðskilnaður frá konunni minni. Þú verður að skilja að það er ekki auðvelt að skilja við konuna þína eftir 20 ára búsetu, ekki satt? Engu að síður er ég ánægður með að uppfylla list mína.

"Greyið! Mér þykir þetta svo leitt! (Amelinha).

"Hvað getum við gert til að hressa hann við? (Belinha).

"Ég veit ekki hvernig. Eftir að konan mín hætti sakna ég hennar svo mikið. (Gilberto).

"Við getum lagað þetta, er það ekki, systir? (Belinha).

"Jú. Þú ert myndarlegur maður. (Amelinha)

"Þakka ykkur fyrir, stelpur. Þú ert dásamleg. Hrópaði Gilberto.

Án þess að bíða lengur, fór hvíti, hávaxni, sterki, dökkeygði karlinn afklæddur og dömurnar fylgdu fordæmi hans. Kvöldið var Tríó í forleikinn þarna á gólfinu. Meira en skipti á til-finningum og blótsyrðum, kynlíf skemmti þeim og gladdi þá. Á þessum stuttu stundum upplifðu þau hluta af æðri krafti, kærleika Guðs. Með kærleika náðu þau meiri alsælu sem man-neskja gat náð.

Þegar þeir klára verkið klæða þeir sig upp og kveðja. Þetta eina skref í viðbót og niðurstaðan sem kom var sú að maðurinn væri villtur úlfur. Oflætistrúður sem þú gleymir aldrei. Ekki lengur, þau yfirgefa sirkusinn á bílastæðinu. Þeir eru að fara inn í bílinn og byrja að snúa við. Næstu dögum var lofað fleiri óvæntum uppákomum.

Önnur dögunin er orðin fallegri en nokkru sinni fyrr. Snemma morguns eru vinir okkar ánægðir með að finna hitann í sólinni og goluna reika í andlitum þeirra. Þessar andstæður ollu í líkamlegum þætti þess sama góðri tilfinningu fyrir frelsi, ánægju, ánægju og gleði. Þau voru tilbúin að takast á við nýjan dag.

Hins vegar einbeita þeir kröftum sínum að því að lyfta þeim. Næsta skref er að fara í fjórði og gera það með miklum duttlungum eins og þeir væru frá Bahia-ríki. Auðvitað ekki til að meiða kæru nágranna okkar. Land allra heilagra er stórbrotinn staður fullur af menningu, sögu og veraldlegum hefðum. Lengi lifi Bahia.

Á baðherberginu fara þau úr fötunum af þeirri undarlegu tilfinningu að þau væru ekki ein. Hver hefur heyrt um goðsögnina um ljóshærða baðherbergið? Eftir hryllingsmyndamaraþon var eðlilegt að lenda í vandræðum með það. Á eftir kinka þeir kolli og reyna að vera hljóð latari. Skyndilega kemur það upp í huga hvers og eins þeirra, pólitískrar brautar þeirra, borgarahliðar þeirra, faglegrar, trúarlegrar hliðar og kynferðislegs þáttar. Þeim líður vel með að vera ófullkomin tæki. Þeir voru vissir um að eiginleikar og gallar bættu við persónuleika þeirra.

Enn fremur læsa þau sig inni á baðherberginu. Með því

að opna sturtuna láta þeir heita vatnið flæða í gegnum sveitta líkama vegna hita kvöldsins áður. Vökvi þjónar sem hvati sem gleypir alla sorglegu hlutina. Það er einmitt það sem þau þurftu núna: að gleyma sársaukanum, áfallinu, vonbrigðunum, áhyggjur nú við að reyna að finna nýjar væntingar. Yfirstandandi ár skipti sköpum í því. Frábær beygja á öllum sviðum lífsins.

Hreinsunarferlið er hafið með notkun plöntusvampa, sápu, sjampó, auk vatns. Eins og er finnst þeim ein besta ánægjan sem neyðir þig til að muna miðann á rifinu og ævintýrin á ströndinni. Innsæi biður villtur andi þeirra um fleiri ævintýri í því sem þeir dvelja til að greina eins fljótt og þeir geta. Ástandið er í þágu frítímans sem unnið er í starfi beggja sem verðlaun fyrir hollustu við opinbera þjónustu.

Í um það bil 20 mínútur lögðu þeir svolítið til hliðar markmið sín um að lifa hugsandi augnabliki í nánd sinni. Í lok þessarar starfsemi koma þeir út úr klósettinu, þurrka blautan líkamann með handklæðinu, klæðast hreinum fötum og skóm, klæðast svissnesku ilmvatni, innfluttri förðun frá Þýskalandi með virkilega fallegum sólgleraugum og kórónum. Alveg tilbúnir, þeir færa sig yfir í bollann með veskið á ræmunni og heilsa sér ánægðir með endur fundina í þökk sé Drottni góða.

Í samvinnu útbúa þeir morgunmat af öfund: kúskús í kjúklingasósu, grænmeti, ávöxtum, kaffikremi og kex. Í jöfnum hlutum er mat skipt. Þeir skiptast á þagnarstundum með stuttum orðaskiptum vegna þess að þeir voru kurteisir. Búinn morgunmatur, það er engin undankomuleið umfram það sem þeir ætluðu sér.

"Hvað leggur þú til, Belinha? Mér leiðist!

"Ég er með snjalla hugmynd. Manstu eftir manneskjunni sem við hittum á bókmenntahátíðinni?

"Ég man eftir því. Hann var rithöfundur og hét Guðdómur.

"Ég er með númerið hans. Hvernig væri að við hefðum samband? Mig langar að vita hvar hann býr.

"Ég líka. Frábær hugmynd. Gerðu það. Ég mun elska það.

"Allt í lagi!

Belinha opnaði veskið sitt, tók símann sinn **og byrjaði að hringja. Eftir smástund svarar einhver línunni og samtalið hefst.**

"Halló.

"Hæ, guðdómlegur. Allt í lagi?

"Allt í lagi, Belinha. Hvernig gengur það?

"Okkur gengur vel. Er boðið enn í gangi? Við systir mín viljum hafa sérstaka sýningu í kvöld.

"Auðvitað geri ég það. Þú munt ekki sjá eftir því. Hér höfum við sagir, nóg af náttúrunni, ferskt loft umfram mikinn félagsskap. Ég er líka laus í dag.

"En dásamlegt. Bíddu eftir okkur við inngang þorpsins. Á mest 30 mínútum erum við þar.

"Það er allt í lagi. Sjáumst seinna!

"Sjáumst síðar!

Símtalinu lýkur. Með brosandi stimplað snýr Belinha aftur til að eiga samskipti við systur sína.

"Hann sagði já. Eigum við?

"Komdu. Eftir hverju erum við að bíða?

Báðir skrúðganga frá bollanum að útgangi hússins og loka dyrunum á eftir sér með lykli. Svo flytja þau í bílskúrinn. Þau keyra opinbera fjölskyldubílinn og skilja vandamál sín eftir og bíða eftir nýjum óvæntum uppákomum og tilfinningum á mikilvægasta landi heims. Um borgina, með háværu hljóði, héldu þeir litlu voninni fyrir sig. Það var alls virði á því augnabliki þar til ég hugsaði um tækifærið til að vera hamingjusamur að eilífu.

Með stuttum tíma fara þeir hægra megin við þjóðveg BR 232. Svo, það byrjar námskeiðið til afreka og hamingju. Með hóflegum hraða geta þeir notið fjallalandslagsins við strendur brautarinnar. Þó að þetta væri þekkt umhverfi, þá var hver leið þar meira en nýjung. Þetta var enduruppgötvað sjálf.

Fara um staði, bæi, þorp, blá ský, ösku og rósir, þurrt loft og heitt hitastig fara. Á forrituðum tíma eru þeir að koma að mest söguleg af inngangi Brasilíu í landi. Mimoso furstanna, sálræna, óaðfinnanlega getnaðinn og fólk með mikla vitsmunalega getu.

Þegar þeir komu við inngang umdæmisins bjuggust þeir við kærum vini þínum með sama bros og alltaf. Gott tákn fyrir þá sem voru að leita að ævintýrum. Þegar þau stíga út úr bílnum fara þau til móts við hinn göfuga samstarfsmann sem tekur á móti þeim með faðmlagi sem verður þrefalt. Þessu andartaki virðist ekki ljúka. Þau eru þegar endurtekin, þau byrja að breyta fyrstu sýnum.

"Hvernig hefurðu það, Guðdómur? Spurði Belinha.

"Gott, hvernig hefurðu það? Samsvarar skyggnigáfunni.

"Frábært! (Belinha).

"Betri en nokkru sinni fyrr, bætti Amelinha við.

"Ég er með frábæra hugmynd. Eigum við að fara upp Ororubá-fjallið? Það var þar fyrir nákvæmlega átta árum sem ferill minn í bókmenntum hófst.

"Hvílík fegurð! Það verður heiður! (Amelinha).

"Fyrir mig líka! Ég elska náttúruna. (Belinha).

"Svo, við skulum fara núna. (Aldivan).

Undirritun til að fylgja, dularfulla vinkona systranna tveggja sótti fram á götunum í miðbænum. Niður til hægri, að fara inn á einkastað og ganga um hundrað metra setur þá neðst í sögina. Þeir stoppa fljótt, svo þeir geti hvílt sig og vökvað. Hvernig var að klífa fjallið eftir öll þessi ævintýri? Tilfinningin var friður, söfnun, efi og hik. Það var eins og þetta væri í fyrsta sinn með allar áskoranirnar skattlagðar af örlögunum. Skyndilega mæta vinir rithöfundinum mikla með bros á vör.

"Hvernig byrjaði þetta allt saman? Hvað þýðir það fyrir þig? (Belinha).

"Árið 2009 snerist líf mitt um einhæfni. Það sem hélt mér á lífi var viljinn til að utanaðkomandi það sem ég upplifði í heiminum. Það var þá sem ég heyrði um þetta fjall og krafta hins dásamlega hellis hans. Engin leið út, ég ákvað að taka áhættu fyrir hönd draumsins. Ég pakkaði niður í töskuna mína, kleif fjallið, framkvæmdi þrjár áskoranir sem ég var viðurkenndur í helli örvæntingarinnar, banvænasta, hættulegasta helli í heimi. Inni í því hef ég staðið frammi fyrir miklum áskorunum með því að enda á að komast í salinn. Það var á því augnabliki alsælu sem kraftaverkið gerðist, ég varð skyggn, alvitur vera í gegnum sýnir hans. Hingað til hafa verið tuttugu ævintýri í viðbót og ég mun ekki hætta svo fljótt. Þökk sé lesendum, smám saman, er ég að ná markmiði mínu um að sigra heiminn.

"Spennandi. Ég er aðdáandi þinn. (Amelinha).

"Snerta. Ég veit hvað þér hlýtur að finnast um að framkvæma þetta verkefni aftur. (Belinha).

"Frábært. Ég finn blöndu af góðum hlutum, þar á meðal velgengni, trú, klóm og bjartsýni. Það gefur mér góða orku, sagði miðillinn.

"Gott. Hvaða ráð gefur þú okkur?

"Við skulum halda einbeitingunni. Eruð þið tilbúin að komast að því betur fyrir ykkur? (Skipstjórinn).

"Já. Þeir samþykktu hvort tveggja.

"Fylgið mér þá.

Þríeykið hefur hafið fyrirtækið á ný. Sólin hlýnar, vindurinn blæs aðeins sterkari, fuglarnir fljúga í burtu og syngja, steinarnir og þyrnarnir virðast hreyfast, jörðin hristist og fjallaraddirnar byrja að verka. Þetta er umhverfið sem er til staðar á klifri sorgarinnar.

Með mikla reynslu hjálpar maðurinn í hellinum konum allan tímann. Með því að láta svona, setti hann inn hagnýtar dyggðir sem eru mikilvægar sem samstaða og samvinna. Í staðinn ljáðu þeir honum mannlegan hita og ójafna hollustu. Við gætum sagt að það hafi verið þetta óyfirstíganlega, óstöðvandi, hæfa Tríó.

Smátt og smátt fara þau skref fyrir skref hamingjunnar. Þrátt fyrir mikinn árangur eru þeir óþreytandi í leit sinni. Í framhaldi hægja þeir aðeins á göngunni en halda henni stöðugri. Eins og sagt er, fer hægt langt í burtu. Þessi vissa fylgir þeim allan tímann að skapa andlegt litróf sjúklinga, varúð, umburðarlyndi og sigrast á. Með þessum þáttum höfðu þeir trú til að sigrast á öllu mótlæti.

Næsta atriði, helgi steinninn, lýkur þriðjungi námskeiðsins.

Það er stutt hlé og þeir njóta þess að biðja, þakka, íhuga og skipuleggja næstu skref. Á réttan hátt leituðust þeir við að fullnægja vonum sínum, ótta, sársauka, pyntingum og sorgum. Fyrir að hafa trú, fyllir ófáanlegur friður hjörtu þeirra.

Með endurræsingu ferðarinnar snýr óvissan, efasemdirnar og styrkur hinna óvæntu aftur til athafna. Þó að það gæti hrætt þá, báru þeir öryggi þess að vera í návist Guðs og litla spíra landsins. Ekkert eða einhver gæti skaðað þá einfaldlega vegna þess að Guð myndi ekki leyfa það. Þeir áttuðu sig á þessari vernd á öllum erfiðum augnablikum lífsins þar sem aðrir yfirgáfu þá einfaldlega. Guð er í raun eini tryggi vinur okkar.

Enn fremur eru þeir hálfa leiðina. Klifrið er áfram framkvæmt af meiri alúð og lag. Öfugt við það sem venjulega gerist með venjulegum klifruðum, hjálpar taktur hvatningu, vilja og afhendingu. Þó að þeir væru ekki íþróttamenn var það merkilegt af frammistöðu þeirra fyrir að vera heilbrigðir og skuldbundnir ungir.

Eftir að þremur fjórðu af leiðinni er lokið koma væntingar í óbærilegt stig. Hvað þurfa þeir að bíða lengi? Á þessu augnabliki þrýstings var best að reyna að stjórna skriðþunga forvitni. Öll varkárni var nú vegna athafna andstæðinganna.

Með aðeins meiri tíma klára þeir loksins leiðina. Sólin skín skærar, ljós Guðs lýsir þá upp og kemur út úr slóð, forráðamaðurinn og sonur hans Renato. Allt endurfæddist algjörlega í hjarta þessara yndislegu litlu barna. Þeir verðskulduðu þá náð fyrir að hafa lagt svona hart að sér. Næsta skref miðilsins er að rekast á þétt faðmlag með velunnurum sínum. Samstarfsmenn hans fylgja honum og faðma fimmtunginn.

" Gott að sjá þig, sonur Guðs! Ég hef ekki séð þig lengi! Móðureðlið varaði mig við nálgun þinni, sagði forfeðrafrúin.

"Ég er feginn! Það er eins og ég muni eftir fyrsta ævintýrinu mínu. Það voru svo margar tilfinningar. Fjallið, áskoranirnar, hellirinn og tímaferðalögin hafa markað sögu mína. Að koma hingað færir mér góðar endurminningar. Ég hef með mér tvo vinalega stríðsmenn. Þau þörfnuðust þessa fundar með hinum helga.

"Hvað heitið þið, dömur? Spurði forráðamaður Fjalls.

"Ég heiti Belinha og ég er endurskoðandi.

"Ég heiti Amelinha og ég er kennari. Við búum í Arcoverde.

"Velkomnar, dömur. (Forráðamaður fjalls.).

"Við erum þakklát! Sagði í sambandi við gestina tvo með tárin sem runnu í gegnum augun.

"Ég elska líka nýja vináttu. Að vera við hliðina á húsbónda mínum aftur veitir mér sérstaka ánægju af þeim ólýsanlegu. Eina fólkið sem veit hvernig á að skilja það erum við tvö. Ekki satt, félagi? (Renato).

"Þú breytist aldrei, Renato! Orð þín eru ómetanleg. Af öllu brjálæði mínu var það eitt af því góða í örlögum mínum að finna hann.

Vinur minn og bróðir minn svöruðu miðlinum án þess að reikna út orðin. Þau komu náttúrulega út fyrir hina sönnu tilfinningu sem nærði hann.

"Við skrifumst á sama mælikvarða. Þess vegna er saga okkar vel heppnuð, sagði ungi maðurinn.

"En gaman að vera í þessari sögu. Ég hafði ekki hugmynd um hversu sérstakt fjallið var á braut sinni, kæri rithöfundur, sagði Amelinha.

"Hann er virkilega aðdáunarverður, systir. Auk þess eru vinir þínir indælir. Við lifum hinn raunverulega skáldskap og það er það dásamlegasta sem til er. (Belinha).

"Við þökkum hrósið. Hins vegar verður þú að vera þreyttur á átakinu sem notað er við klifrið. Eigum við að fara heim? Við höfum alltaf eitthvað fram að færa. (Frú).

"Við höfum notað tækifærið til að ná í samtölin okkar. Ég sakna Renato svo mikið.

"Mér finnst það frábært. Hvað konurnar varðar, hvað segirðu þá?

"Ég mun elska það. (Belinha).

"Við munum gera það!

"Förum þá! Hefur lokið skipstjóra.

Hópurinn byrjar að ganga í þeirri röð sem þessi frábæra mynd gefur. Strax, kalt blása í gegnum þreyttar beinagrindur bekkjarins. Hver var þessi kona og hvaða krafta hafði hún? Þrátt fyrir svo mörg augnablik saman var leyndardómurinn læstur sem dyr að sjö lyklum. Þeir myndu aldrei vita það því það var hluti af fjallaleyndarmálinu. Samtímis héldust hjörtu þeirra í þokunni. Þau voru dauðþreytt á því að gefa ást og ekki taka á móti, fyrirgefa og valda vonbrigðum aftur. Engu að síður, annað hvort vöndust þau raunveruleika lífsins eða þau myndu þjást mikið. Þeir þurftu því ráð.

Skref fyrir skref munu þeir komast yfir hindranirnar. Samstundis heyra þeir truflandi öskur. Með einu augnaráði róar stjórinn þá niður. Það var tilfinningin fyrir stigveldinu, meðan þeir sterkustu og reyndustu vernduðu, þjónarnir sneru aftur með vígslu, tilbeiðslu og vináttu. Það var tvíhliða gata.

Því miður munu þeir stjórna göngunni með mikilli og

blíðu. Hvaða hugmynd hafði farið í gegnum höfuðið á Belinha? Þeir voru í miðjum runnanum handteknir af viðbjóðslegum dýrum sem gætu skaðað þá. Að öðru leyti voru þyrnar og oddhvassir steinar á fótum þeirra. Eins og allar aðstæður hafa sitt sjónarmið, að vera þarna var eina tækifærið til að skilja sjálfan þig og langanir þínar, eitthvað halli í lífi gesta. Fljótlega var það ævintýrisins virði.

Næst hálfa leið munu þeir stoppa. Þarna rétt hjá var aldingarður. Þeir eru á leið til himna. Í tengslum við biblíusöguna fannst þeim þeir algjörlega frjálsir og sambættir náttúrunni. Eins og krakkar, leika þeir klifrandi tré, þeir taka ávextina, þeir koma niður og borða þá. Síðan hugleiða þeir. Þeir lærðu um leið og lífið er búið til af augnablikum. Hvort sem þau eru sorgmædd eða hamingjusöm, þá er gott að njóta þeirra á meðan við erum á lífi.

Á eftir fara þau í hressandi bað í vatninu sem fylgir með. Þessi staðreynd vekur góðar minningar um eitt sinn, um merkilegustu reynslu í lífi þeirra. Mikið var indælt að vera barn! Hversu erfitt það var að alast upp og horfast í augu við fullorðinsárin. Lifðu með fölsku, lyginni og fölsku siðferði fólks.

Þegar haldið er áfram nálgast þau örlögin. Niður til hægri á slóðinni geturðu nú þegar séð einfalda helluborðið. Þetta var griðastaður yndislegasta, dularfulla fólksins á fjallinu. Þau voru dásamleg, það sem sannar að gildi manns er ekki í því sem það býr yfir. Göfugi sálarinnar er í karakter, í kærleika og ráðgjöf. Svo segir máltækið: Vinur á torginu er betri en peningar sem lagðir eru inn í banka.

Nokkrum skrefum áfram stoppa þeir fyrir framan

innganginn á skálanum. Munu þeir fá svör við innri fyrir-spurnum þínum? Aðeins tíminn gat svarað þessum og öðrum spurningum. Það mikilvæga við þetta var að þeir voru til staðar fyrir hvað sem kemur og fer.

Að taka hlutverk gestgjafans opnar forráðamaðurinn dyrnar og gefur öllum öðrum aðgang að inni í húsinu. Þeir fara inn í tóma básinn og fylgjast með öllu víða. Þeir eru hrifnir af lostæti staðarins sem skrautið, hlutirnir, húsgögnin og loftslag leyndardómsins tákna. Þvert á móti var meiri auður og menningarleg fjölbreytni en í mörgum höllum. Þannig að við getum verið hamingjusöm og fullkomin, jafnvel í auðmjúku umhverfi.

Einn af öðrum muntu koma þér fyrir á tiltækum stöðum, nema Renato er að fara í eldhúsið til að undirbúa hádegismat. Upphaflegt andrúmsloft feimni er brostið.

"Mig langar að kynnast ykkur betur, stelpur.

"Við erum tvær stelpur frá Arcoverde City. Við erum hamingjusöm í atvinnulífinu, en aumingjar ástfangnir. Allt frá því að ég var svikinn af gamla félaga mínum, hef ég verið svekktur, játaði Belinha.

"Þá ákváðum við að fara aftur til manna. Við gerðum samning um að lokka þá og nota sem hlut. Við munum aldrei þjást aftur, sagði Amelinha.

"Ég veiti þeim allan minn stuðning. Ég hitti þá í mannfjöldanum og nú er tækifæri þeirra komið til að heimsækja hér. (Sonur Guðs)

"Áhugavert. Þetta eru eðlileg viðbrögð við þjáningum vonbrigða. Hins vegar er það ekki besta leiðin til að fylgja. Að dæma heila tegund eftir viðhorfi einstaklings eru augljós mistök. Hver og einn hefur sína sérstöðu. Þetta heilaga og blygðunarlausa andlit þitt getur skapað meiri átök og ánægju. Það er undir þér komið að finna rétta punktinn í þessari sögu. Það sem ég get gert er að styðja eins og vinur þinn gerði og verða fylgifiskur þessarar sögu greindi heilagan anda fjallsins.

"Ég leyfi það. Ég vil finna mig í þessu helgidómi. (Amelinha).

"Ég sætti mig líka við vináttu þína. Hver vissi að ég yrði í frábærri sápuóperu? Goðsögnin um hellinn og fjallið virðist svo núna. Má ég óska mér? (Belinha).

"Auðvitað, elskan.

"Fjallaverurnar geta heyrt beiðnir auðmjúkra draumóramanna eins og það hefur komið fyrir mig. Hafið trú! (sonur Guðs).

"Ég er svo vantrúaður. En ef þú segir það skal ég reyna. Ég bið um farsæla niðurstöðu fyrir okkur öll. Leyfið hverju ykkar að rætast á helstu sviðum lífsins.

"Ég veiti það! Þrumur djúpri rödd í miðju herberginu.

Báðar hórurnar hafa stokkið til jarðar. Á meðan hlógu hinir og grétu yfir viðbrögðum beggja. Sú staðreynd hafði verið frekar örlög. Þetta var óvænt. Það var enginn sem hefði getað spáð fyrir um hvað var að gerast ofan á fjallinu. Þar sem frægur indíáni hafði dáið á vettvangi hafði tilfinning raunveruleikans skilið eftir pláss fyrir hið yfirnáttúrulega, leyndardóminn og hið óvenjulega.

"Hvað í fjandanum var þetta þruma? Ég skelf enn sem komið er, játaði Amelinha.

"Ég heyrði hvað röddin sagði. Hún staðfesti ósk mína. Er mig að dreyma? Spurði Belinha.

"Kraftaverk gerast! Með tímanum muntu vita nákvæmlega hvað það þýðir að segja þetta, sagði húsbóndinn.

"Ég trúi á fjallið og þú verður að trúa á það líka. Í gegnum kraftaverk hennar, er ég hér sannfærður og öruggur um ákvarðanir mínar. Ef okkur mistekst einu sinni getum við byrjað upp á nýtt. Það er alltaf von fyrir þá sem eru á lífi- fullvissaðir um að töfra læknirinn sýni merki á þakinu.

"Ljós. Hvað þýðir þetta? (Belinha).

"Það er svo fallegt og bjart. (Amelinha).

"Þetta er ljós eilífrar vináttu okkar. Þó hún hverfi líkamlega, mun hún vera ósnortin í hjörtum okkar. (Forráðamaður

"Við erum öll ljós, þó á virðulegan hátt. Örlög okkar eru hamingja. (Miðillinn).

Það er þar sem Renato kemur inn og gerir tilboð.

"Það er kominn tími til að við förum út og finnum vini. Tími til skemmtunar er kominn.

"Ég hlakka til þess. (Belinha)

"Eftir hverju erum við að bíða? Stundin er runnin upp. Þú ert að grínast.

Hóp fer út í skóg. Hraði skrefanna er hraður það sem afhjúpar innri angist persónanna. Dreifbýli Mimoso stuðlaði að sjónarspili náttúrunnar. Hvaða áskorunum myndir þú standa frammi fyrir? Væru grimmu dýrin hættuleg? Fjallagoðsagnirnar gátu ráðist á hvenær sem var mjög hættulegt. En hugrekki var eiginleiki sem allir þar báru. Ekkert stöðvar hamingju þeirra.

Stundin er runnin upp. Í eignateyminu var svartur maður, Renato, og ljóshærð manneskja. Í óvirka liðinu voru

Guðdómlega, Belinha og Amelinha. Þegar liðið er stofnað hefst fjörið meðal hinna grágrænu frá Country Woods.

Sá svarti er með Guðdómlega. Renato stefnumót Amelinha og ljóshærði maðurinn er með Belinha. Hópkynlíf hefst við orkuskipti sex menninganna. Þeir voru allir fyrir alla fyrir einn. Þorstinn eftir kynlífi og ánægju var öllum sameiginlegur. Að skipta um stöðu, hver og einn upplifir einstaka skynjun. Þeir reyna endaþarmsmök, leggöngum, munnmök, hópkynlíf ásamt öðrum kynlífsaðferðum. Það sannar að ást er ekki synd. Það er viðskipti með grundvallarorku fyrir þróun mannsins. Án sektarkenndar skiptast þeir fljótt á félaga, sem veitir margar fullnægingar. Það er blanda af alsælu sem felur í sér hópinn. Þeir eyða klukkustundum í kynlíf þar til þeir eru þreyttir.

Þegar öllu er á botninn hvolft snúa þeir aftur í upphafsstöður sínar. Það var enn margt að uppgötva á fjallinu.

Mánudagsmorguninn fallegri en nokkru sinni fyrr. Snemma morguns fá vinir okkar ánægju af því að finna hitann í sólinni og goluna sem ráfar í andlitum þeirra. Þessar andstæður ollu í líkamlegum þætti þess sama góðri tilfinningu fyrir frelsi, ánægju, ánægju og gleði. Þau voru tilbúin að takast á við nýjan dag.

Við nánari umhugsun einbeita þeir kröftum sínum að því að lyfta þeim. Næsta skref er að fara í herbergi og gera það með miklum flækjum eins og þær væru frá Bahia fylki. Auðvitað ekki til að meiða kæru nágranna okkar. Land allra heilagra er stórbrotinn staður fullur af menningu, sögu og veraldlegum hefðum. Lengi lifi Bahia!

Á baðherberginu fara þau úr fötunum af þeirri undarlegu tilfinningu að þau væru ekki ein. Hver hefur heyrt um goðsögnina um ljóshærða baðherbergið? Eftir hryllingsmyn-damaraþon var eðlilegt að lenda í vandræðum með það. Á eftir kinka þeir kolli og reyna að vera hljóð latari. Skyndilega kemur það upp í huga hvers og eins þeirra pólitíska braut þeirra, borgarahlið, faglega, trúarlega hlið þeirra og kynferðislega hlið þeirra. Þeim líður vel með að vera ófullkomin tæki. Þeir voru vissir um að eiginleikar og gallar bættu við persónuleika þeirra.

Þau læsa sig inni á baðherbergi. Með því að opna sturtuna láta þeir heita vatnið flæða í gegnum sveitta líkama vegna hita kvöldsins áður. Vökvi þjónar sem hvati sem gleypir alla sorglegu hlutina. Það er einmitt það sem þeir þurftu núna: gleymdu sársaukanum, áfallinu, vonbrigðunum, áhyggjur nú við að reyna að finna nýjar væntingar. yfirstandandi ár hafði skipt sköpum í því. Frábær beygja á öllum sviðum lífsins.

Hreinsunarferlið er hafið með notkun líkamsþurrku, sápu, sjampós umfram vatn. Eins og er finnst þeim ein besta ánæg-jan sem neyðir þá til að muna skarðið á rifinu og ævintýrin á ströndinni. Innsæi biður villtur andi þeirra um fleiri ævintýri í því sem þeir dvelja til að greina eins fljótt og þeir geta. Ástandið er í þágu frítímans sem unnið er í starfi beggja sem verðlaun fyrir hollustu við opinbera þjónustu.

Í um það bil 20 mínútur lögðu þeir svolítið til hliðar markmið sín um að lifa hugsandi augnabliki í nánd sinni. Í lok þessarar starfsemi koma þeir út úr klósettinu, þurrka blautan líkamann með handklæðinu, klæðast hreinum fötum og skóm, klæðast svissnesku ilmvatni, innfluttri förðun frá Þýskalandi með virkilega fallegum sólgleraugum og kórónum. Alveg tilbúnir, þeir færa sig yfir í bollann með veskið á ræmunni og heilsa sér ánægðir með endur fundina í þökk sé Drottni góða.

Í samvinnu útbúa þau morgunmat af öfund, kjúklingasósu, grænmeti, ávöxtum, kaffikremi og kexi. Í jöfnum hlutum er mat skipt. Þeir skiptast á þagnarstundum með stuttum orðaskiptum vegna þess að þeir voru kurteisir. Búinn morgunmatur, það er engin undankomuleið eftir en þeir ætluðu sér.

"Hvað leggur þú til, Belinha? Mér leiðist!

"Ég er með snjalla hugmynd. Manstu eftir náunganum sem við fundum í mannþrönginni?

"Ég man eftir því. Hann var rithöfundur og hét Guðdómur.

"Ég er með símanúmerið hans. Hvernig væri að við hefðum samband? Mig langar að vita hvar hann býr.

"Ég líka. Frábær hugmynd. Gerðu það. Það væri gaman.

"Allt í lagi!

Belinha opnaði veskið sitt, tók símann sinn og byrjaði að hringja. Eftir smástund svarar einhver línunni og samtalið hefst.

"Halló.

"Hæ, Guðdómur, hvernig hefurðu það?

"Allt í lagi, Belinha. Hvernig gengur það?

"Okkur gengur vel. Er boðið enn í gangi? Ég og systir mín viljum hafa sérstaka sýningu í kvöld.

"Auðvitað geri ég það. Þú munt ekki sjá eftir því. Hér höfum við sagir, nóg af náttúrunni, ferskt loft umfram mikinn félagsskap. Ég er líka laus í dag.

"En dásamlegt! Bíddu þá eftir okkur við inngang þorpsins. Á mest 30 mínútum erum við þar.

"Allt í lagi! Þangað til þá!

"Sjáumst síðar!

Símtalinu lýkur. Með brosandi stimplað snýr Belinha aftur til að eiga samskipti við systur sína.

"Hann sagði já. Eigum við að fara?

"Komdu! Eftir hverju erum við að bíða?

Bæði skrúðganga frá bollanum að útgangi hússins loka dyrunum á eftir sér með lykli. Farðu þá út í bílskúr. Stýrir opinbera fjölskyldubílnum og skilur vandamál sín eftir að bíða eftir nýjum óvæntum uppákomum og tilfinningum á mikilvægasta landi heims. Um borgina, með háværu hljóði, héldu þeir litlu voninni fyrir sig. Það var alls virði á því augnabliki þar til ég hugsaði um tækifærið til að vera hamingjusamur að eilífu.

Með stuttum tíma fara þeir hægra megin við þjóðveg BR 232. Svo, byrjaðu námskeiðið til að ná árangri og hamingju. Með hóflegum hraða geta þeir notið fjallalandslagsins við strendur brautarinnar. Þó að þetta væri þekkt umhverfi, þá var hver leið þar meira en nýjung. Þetta var enduruppgötvað sjálf.

Fara um staði, bæi, þorp, blá ský, ösku og rósir, þurrt loft og heitt hitastig fara. Á forrituðum tíma eru þeir að koma að mest söguleg af inngangi innri ríkisins Pernambuco. Mimoso furstanna, sálræna, óaðfinnanlega getnaðinn og fólk með mikla vitsmunalega getu.

Þegar þú stoppaðir við inngang hverfisins áttirðu von á kærum vini þínum með sama brosið og alltaf. Gott tákn fyrir þá sem voru að leita að ævintýrum. Farðu út úr bílnum, farðu að hitta göfuga samstarfsmanninn sem tekur á móti þeim með faðmlagi sem verður þrefaldur. Þessu andartaki virðist ekki ljúka. Þau eru þegar endurtekin, þau byrja að breyta fyrstu sýnum.

"Hvernig hefurðu það, Guðdómur? (Belinha)

"Jæja, hvað með þig? (Miðillinn)

"Frábært! (Belinha)

"Betra en nokkru sinni fyrr" (Amelinha)

"Ég er með frábæra hugmynd, hvernig væri að við færum upp Ororubá fjallið? Það var þar fyrir nákvæmlega átta árum sem ferill minn í bókmenntum hófst.

"Hvílík fegurð! Það verður heiður! (Amelinha)

"Fyrir mig líka! Ég elska náttúruna! (Belinha)

"Svo, við skulum fara núna! (Aldivan)

Undirritun til að fylgja honum, dularfulla vinkona systranna tveggja sótti fram á götum miðbæjarins. Niður til hægri, að fara inn á einkastað og ganga um hundrað metra setur þá neðst í sögina. Þeir stoppa fljótt til að hvíla sig og vökva. Hvernig var að klífa fjallið eftir öll þessi ævintýri? Tilfinningin var friður, söfnun, efi og hik. Það var eins og þetta væri í fyrsta sinn með allar áskoranirnar skattlagðar af örlögunum. Skyndilega mæta vinir rithöfundinum mikla með bros á vör.

"Hvernig byrjaði þetta allt saman? Hvað þýðir það fyrir þig? (Belinha)

"Árið 2009 snerist líf mitt um einhæfni. Það sem hélt mér á lífi var viljinn til að utanaðkomandi það sem ég upplifði í heiminum. Það var þá sem ég heyrði um þetta fjall og krafta hins dásamlega hellis hans. Engin leið út, ég ákvað að taka áhættu fyrir hönd draumsins. Ég pakkaði niður töskunni minni, klifraði upp fjallið, framkvæmdi þrjár áskoranir sem ég fékk skilríki inn í helli örvæntingarinnar, banvænasta, hættulegasta helli í heimi. Inni í því hef ég staðið frammi fyrir miklum áskorunum með því að enda á að komast í salinn. Það var á því augnabliki alsælu sem kraftaverkið gerðist, ég varð skyggn, alvitur vera í gegnum sýnir hans. Hingað til hafa verið tuttugu ævintýri í viðbót og ég ætla ekki að hætta svo fljótt. Með hjálp lesenda er ég smám saman að ná markmiði mínu að sigra heiminn. (sonur Guðs)

"Spennandi! Ég er aðdáandi þinn. (Amelinha)

"Ég veit hvernig þér hlýtur að líða með að framkvæma þetta verkefni aftur. (Belinha)

"Mjög gott! Ég finn blöndu af góðum hlutum, þar á meðal velgengni, trú, klóm og bjartsýni. Það gefur mér góða orku. (Miðillinn)

"Gott! Hvaða ráð gefur þú okkur? (Belinha)

"Við skulum halda einbeitingunni. Eruð þið tilbúin að komast að því betur fyrir ykkur? (skipstjórinn)

"Já! Þeir samþykktu hvort tveggja.

"Fylgið mér þá!

Þríeykið hefur hafið fyrirtækið á ný. Sólin hlýnar, vindurinn blæs aðeins sterkari, fuglarnir fljúga í burtu og syngja, steinarnir og þyrnarnir virðast hreyfast, jörðin hristist og fjallaraddirnar byrja að verka. Þetta er umhverfið sem er til staðar á klifri sorgarinnar.

Með mikla reynslu hjálpar maðurinn í hellinum konum allan tímann. Með því að láta svona, setti hann inn hagnýtar dyggðir sem eru mikilvægar sem samstaða og samvinna. Í staðinn ljáðu þeir honum mannlegan hita og ómælanlega hollustu. Við gætum sagt að það hafi verið þetta óyfirstíganlega, óstöðvandi, hæfa Tríó.

Smátt og smátt fara þau skref fyrir skref hamingjunnar. Með alúð og þrautseigju ná þeir hærri tré, ljúka fjórðungi leiðarinnar. Þrátt fyrir mikinn árangur eru þeir óþreytandi í leit sinni. Það var vegna hamingjuóska.

Í framhaldi hægirðu aðeins á göngunni en heldur henni stöðugri. Eins og sagt er, fer hægt langt í burtu. Þessi vissa fylgir þeim allan tímann að skapa andlegt litróf þolinmæði, varúðar, umburðarlyndis og sigrast á. Með þessum þáttum höfðu þeir trú til að sigrast á öllu mótlæti.

Næst lýkur helgi steinninn þriðjungi námskeiðsins. Það er stutt hlé og þeir njóta þess að biðja, þakka, íhuga og skipuleggja næstu skref. Á réttan hátt leituðust þeir við að fullnægja vonum sínum, ótta, sársauka, pyntingum og sorgum. Fyrir að hafa trú, fyllir ófáanlegur friður hjörtu þeirra.

Með endurræsingu ferðarinnar snýr óvissan, efasemdirnar og styrkur hinna óvæntu aftur til athafna. Þó að það gæti hrætt þá, báru þeir öryggi þess að vera í návist Guðlitli spíra af innréttingunni. Ekkert eða einhver gæti skaðað þá einfaldlega vegna þess að Guð myndi ekki leyfa það. Þeir áttuðu sig á þessari vernd á öllum erfiðum augnablikum lífsins þar sem aðrir yfirgáfu þá einfaldlega. Guð er í raun eini sanni og tryggi vinur okkar .

Enn fremur eru þeir hálfa leiðina. Klifrið er áfram framkvæmt af meiri alúð og lag. Öfugt við það sem gerist venjulega með venjulegum fjallgöngumaður, hjálpar taktur hvatningu, vilja og afhendingu. Þó að þeir væru ekki íþróttamenn var það ótrúleg frammistaða þeirra fyrir að vera heilbrigðir og skuldbundnir ungir.

Frá þriðja ársfjórðungi eru væntingar óbærilegar. Hvað

þurfa þeir að bíða lengi? Á þessu augnabliki þrýstings var best að reyna að stjórna skriðþunga forvitni. Öll varkárni var nú vegna athafna andstæðinganna.

Með aðeins meiri tíma klára þeir loksins námskeiðið. Sólin skín skærar, ljós Guðs lýsir þá upp og kemur út úr slóð, forráðamaðurinn og sonur hans Renato. Allt endurfæddist algjörlega í hjarta þessara yndislegu litlu barna. Þeir hafa áunnið sér þessa náð með ræktunarlögunum. Næsta skref miðilsins er að rekast á þétt faðmlag með velunnurum sínum. Samstarfsmenn hans fylgja honum og faðma fimmtunginn.

"Gott að sjá þig, sonur Guðs! Langt síðan við höfum sést! Móðureðlið varaði mig við nálgun þinni, forfeðrafrúin.

Það gleður mig! Það er eins og ég muni eftir fyrsta ævintýrinu mínu. Það voru svo margar tilfinningar. Fjallið, áskoranirnar, hellirinn og tímaferðalögin hafa markað sögu mína. Að koma hingað færir mér góðar endurminningar. Ég hef með mér tvo vinalega stríðsmenn. Þau þörfnuðust þessa fundar með hinum helga.

"Hvað heitið þið, dömur? (umsjónarmaðurinn)

"Ég heiti Belinha og ég er endurskoðandi.

"Ég heiti Amelinha og ég er kennari. Við búum í Arcoverde.

"Velkomnar, dömur. (Umsjónarmaðurinn)

"Við erum þakklát! sögðu gestirnir tveir með tárin sem runnu í gegnum augun.

"Ég elska líka nýja vináttu. Að vera við hliðina á húsbónda mínum aftur veitir mér sérstaka ánægju af þeim ólýsanlegu. Aðeins fólk sem veit hvernig á að skilja það erum við tvö. Ekki satt, félagi? (Renato)

"Þú breytist aldrei, Renato! Orð þín eru ómetanleg. Af

öllu brjálæði mínu var það eitt af því góða í örlögum mínum að finna hann. Vinur minn og bróðir. (Miðillinn).

Þau komu náttúrulega út fyrir hina sönnu tilfinningu sem nærði hann.

"Við erum jafnir að sama marki. Þess vegna er saga okkar vel heppnuð, "sagði ungi maðurinn.

"Það er gott að vera hluti af þessari sögu. Ég vissi ekki einu sinni hversu sérstakt fjallið var í ferli sínum, kæri rithöfundur "Amelinha sagði.

"Hann er í raun aðdáunarverður, systir. Auk þess eru vinir þínir mjög vinalegir. Við lifum alvöru skáldskap og það er það dásamlegasta sem til er. (Belinha)

"Við þökkum þér fyrir hrósið. Engu að síður verða þeir að vera þreyttir á átakinu sem notað er við klifur. Eigum við að fara heim? Við höfum alltaf eitthvað fram að færa. (frú)

"Við tókum sénsinn á að ná í samtöl. Ég sakna þín mjög mikið "Renato játaði.

"Það er allt í lagi mín vegna. Það er frábært hvað dömurnar segja, hvað segja þær við mig?

"Ég mun elska það! " Belinha hélt því fram.

"Já, förum," samþykkti Amelinha.

"Svo, við skulum fara! " Húsbóndinn komst að þeirri niðurstöðu.

Hópurinn byrjar að ganga í röð miðað við þessa frábæru mynd. Núna er kalt högg í gegnum þreyttar beinagrindur bekkjarins. Hver var þessi kona, hver var hún, hver hafði krafta? Þrátt fyrir svo mörg augnablik saman var leyndardómurinn læstur sem dyr að sjö lyklum. Þeir myndu aldrei vita það því það var hluti af fjallaleyndarmálinu. Samtímis héldust hjörtu þeirra í þokunni . Þau voru dauðþreytt á því að gefa ást og ekki taka á móti, fyrirgefa og valda vonbrigðum aftur. Engu að síður, annað hvort vöndust þau raunveruleika lífsins eða þau myndu þjást mikið. Þeir þurftu því ráð.

Skref fyrir skref muntu komast yfir hindranirnar. Á augnabliki heyra þeir truflandi öskur. Með einu augnaráði róar stjórinn þá niður. Það var tilfinningin fyrir stigveldinu, en þeir sterkustu og reyndari vernduðu, þjónarnir sneru aftur með vígslu, tilbeiðslu og vináttu. Það var tvíhliða gata.

Því miður munu þeir stjórna göngunni með mikilli og blíðu. Hver var hugmyndin sem hafði farið í gegnum höfuðið á Belinha? Þeir voru í miðjum runnanum handteknir af viðbjóðslegum dýrum sem gætu skaðað þá. Að öðru leyti voru þyrnar og oddhvassir steinar á fótum þeirra. Eins og allar aðstæður hafa sitt sjónarhorn, að vera þarna var eini möguleikinn á að þú gætir skilið sjálfan þig og langanir þínar, eitthvað sem hallar á líf gesta. Fljótlega var það ævintýrisins virði.

Næst hálfa leið munu þeir stoppa. Þarna rétt hjá var aldingarður. Þeir eru á leið til himna. Í tengslum við biblíusöguna fannst þeim þeir vera frjálsir og samlagast náttúrunni. Eins og krakkar, leika þeir klifrandi tré, þeir taka ávextina, þeir koma niður og borða þá. Síðan hugleiða þeir. Þeir lærðu um leið og lífið er búið til af augnablikum. Hvort sem þau eru sorgmædd eða hamingjusöm, þá er gott að njóta þeirra á meðan við erum á lífi.

Á eftir fara þau í hressandi bað í vatninu sem fylgir með. Þessi staðreynd vekur góðar minningar um eitt sinn, um merkilegustu reynslu í lífi þeirra. Mikið var indælt að vera barn! Hversu erfitt það var að alast upp og horfast í augu við fullorðinsárin. Lifðu með fölsku, lyginni og fölsku siðferði fólks.

Þegar haldið er áfram nálgast þau örlögin. Niður til hægri á slóðinni geturðu nú þegar séð einfalda helluborðið. Þetta var griðastaður yndislegasta, dularfulla fólksins á fjallinu. Þeir voru ótrúlegir hvað sannar að gildi manns er ekki í því sem hann býr yfir. Göfugi sálarinnar er í eðli sínu, í viðhorfum góðgerðarsamtaka og ráðgjafar. Þess vegna segja þeir eftir- farandi: Betra er að vinur á torginu sé virði en peningar sem lagðir eru inn í banka.

Nokkrum skrefum áfram stoppa þeir fyrir framan innganginn á skálanum. Fengu þeir svör við innri fyrirspur- num sínum? Aðeins tíminn gat svarað þessum og öðrum spurningum. Það mikilvæga við þetta var að þeir voru til staðar fyrir hvað sem kemur og fer.

Að taka hlutverk gestgjafans opnar forráðamaðurinn dyrnar sem veitir öllum öðrum aðgang að inni í húsinu. Þeir fara inn í einstaka til einskis básinn með því að horfa á allt í stóra tækinu. Þeir eru hrifnir af lostæti staðarins sem skrautið, hlutirnir, húsgögnin og loftslag leyndardómsins tákna. Þvert á móti, á þeim stað var meiri auður og menningarleg fjöl- breytni en í mörgum höllum. Þannig að við getum verið hamingjusöm og fullkomin, jafnvel í auðmjúku umhverfi.

Einn af öðrum muntu koma þér fyrir á tiltækum stöðum, nema í eldhúsi Renato, undirbúa hádegismat. Upphaflegt an- drúmsloft feimni er brostið.

"Mig langar að kynnast ykkur betur, stelpur. (Forráða- maðurinn)

"Við erum tvær stelpur frá Arcoverde City. Báðir settust að í faginu en aumingjar ástfangnir. Allt frá því að ég var svikinn af gamla félaga mínum, hef ég verið svekktur, játaði Belinha.

"Þá ákváðum við að fara aftur til manna. Við gerðum samning um að lokka þá og nota sem hlut. Við munum aldrei þjást aftur. (Amelinha)

"Ég styð þá alla. Ég hitti þá í mannfjöldanum og nú komu þeir að heimsækja okkur hér, og það neyddi spíra innri.

"Áhugavert. Þetta eru eðlileg viðbrögð við þjáningum vonbrigða. Hins vegar er það ekki besta leiðin til að fylgja. Að dæma heila tegund eftir viðhorfi einstaklings eru augljós mistök. Hver hefur sína eigin einstaklingshyggju. Þetta heilaga og blygðunarlausa andlit þitt getur skapað meiri átök og ánægju. Það er undir þér komið að finna rétta punktinn í þessari sögu. Það sem ég get gert er að styðja eins og vinur þinn gerði og verða fylgifiskur þessarar sögu greindi heilagan anda fjallsins.

"Ég leyfi það. Ég vil finna mig í þessu helgidómi. (Amelinha)

"Ég sætti mig líka við vináttu þína. Hver vissi að ég yrði í frábærri sápuóperu? Goðsögnin um hellinn og fjallið virðist svo núna. Má ég óska mér? (Belinha)

"Auðvitað, elskan.

"Fjallaverurnar geta heyrt beiðnir auðmjúkra draumóramanna eins og það hefur komið fyrir mig. Hafið trú! hefur hvatt son Guðs.

"Ég er svo vantrúaður. En ef þú segir það skal ég reyna. Ég bið um farsæla niðurstöðu fyrir okkur öll. Leyfið hverju ykkar að rætast á helstu sviðum lífsins. (Belinha)

"Ég veiti það! " Þruma djúpri rödd í miðju herberginu".

Báðar hórurnar hafa stokkið til jarðar. Á meðan hlógu hinir

og grétu yfir viðbrögðum beggja. Sú staðreynd hafði verið frekar örlög. Þetta var óvænt! Það var enginn sem hefði getað spáð fyrir um hvað var að gerast ofan á fjallinu. Þar sem frægur indíáni hafði dáið á vettvangi hafði tilfinning raunveruleikans skilið eftir pláss fyrir hið yfirnáttúrulega, leyndardóminn og hið óvenjulega.

"Hvað í fjandanum var þetta þruma? Ég skelf enn sem komið er. (Amelinha)

"Ég heyrði hvað röddin sagði. Hún staðfesti ósk mína. Er mig að dreyma? (Belinha)

"Kraftaverk gerast! Með tímanum muntu vita nákvæmlega hvað það þýðir að segja þetta. " Fögnuðu húsbóndi".

"Ég trúi á fjallið og þú verður að trúa því líka. Í gegnum kraftaverk hennar, er ég hér sannfærður og öruggur um ákvarðanir mínar. Ef okkur mistekst einu sinni getum við byrjað upp á nýtt. Það er alltaf von fyrir þá sem eru á lífi. "Fullvissaði Galdramaður að sálrænum sem sýnir merki á þakinu".

"Ljós. Hvað þýðir þetta? grátandi, Belinha.

"Hún er svo falleg, björt og málgefin. (Amelinha)

"Þetta er ljós eilífrar vináttu okkar. Þó hún hverfi líkamlega, mun hún vera ósnortin í hjörtum okkar. (Forráðamaður)

"Við erum öll ljós þó á aðgreindan hátt. Örlög okkar eru hamingja- staðfestir miðilinn.

Það er þar sem Renato kemur inn og gerir tilboð.

"Það er kominn tími til að við förum út og finnum vini. Tími til skemmtunar er kominn.

"Ég hlakka til þess. (Belinha)

"Eftir hverju erum við að bíða? Stundin er runnin upp. (Amelinha)

Hóp fer út í skóg. Hraði skrefanna er hraður það sem afhjúpar innri angist persónanna. Dreifbýli Mimoso stuðlaði að sjónarspili náttúrunnar. Hvaða áskorunum myndir þú standa frammi fyrir? Væru grimmu dýrin hættuleg? Fjallagoðsagnirnar gátu ráðist á hvenær sem var mjög hættulegt. En hugrekki var eiginleiki sem allir þar báru. Ekkert myndi stöðva hamingju þeirra.

Stundin er runnin upp. Í eignateyminu var svartur maður, Renato, og ljóshærð manneskja. Í óvirka liðinu voru Guðdómlega, Belinha og Amelinha. Liðið myndaðist; Fjörið byrjar meðal Grágræna úr sveitaskóginum.

Svartur gaur er með Guðdómlega. Renato stefnumót Amelinha og ljóshærða döðlurnar Belinha. Hópkynlíf hefst við orkuskipti sex menninganna. Þeir voru allir fyrir alla fyrir einn. Þorstinn eftir kynlífi og ánægju var öllum sameiginlegur. Mismunandi stöður, hver og einn upplifir einstaka skynjun. Þeir reyna endaþarmsmök, leggöngum, munnmök, hópkynlíf ásamt öðrum kynlífsaðferðum. Það sannar að ást er ekki synd. Það er viðskipti með grundvallarorku fyrir þróun mannsins. Án sektarkenndar skiptast þeir fljótt á félaga, sem veitir margar fullnægingar. Það er blanda af alsælu sem felur í sér hópinn. Þeir eyða klukkustundum í kynlíf þar til þeir eru þreyttir.

Þegar öllu er á botninn hvolft snúa þeir aftur í upphafsstöður sínar. Það var enn margt að uppgötva á fjallinu.

Endirinn

www.ingramcontent.com/pod-product-compliance
Lightning Source LLC
LaVergne TN
LVHW020937200726
843506LV00011B/2047